GIÁO TRÌNH
NGUYÊN MẪU TÂM LÝ HỌC

(Kiến Thức Chuyên Sâu Về Nguyên Mẫu Trong Tâm Lý Học Phân Tích Carl Jung)

Bản quyền thuộc về Ts. Ngô Hồ Anh Khôi (Chủ biên) và đồng sự Hầu Lâm Phùng. Xuất bản dưới bút danh Ts. Philippe Ngô và Phùng Lâm. Quyền khai thác (5 năm) thuộc về Viện Triết Học Phát Triển.

NHÂN ẢNH xuất bản 2023
ISBN: 978-1-0879-6808-7

TS. Philippe Ngo (Chủ biên)
& Phùng Lâm

GIÁO TRÌNH NGUYÊN MẪU TÂM LÝ HỌC
(Kiến Thức Chuyên Sâu
Về Nguyên Mẫu Trong Tâm Lý Học
Phân Tích Carl Jung)

NHÂN ẢNH
2 0 2 3

"Hành trình chàng khờ cũng là hành trình tâm linh của loài người, tôi nói về loài người viết thường chứ không phải viết hoa".

— Ts. Philippe Ngo

Nội dung

Lời nói đầu	9
Lý thuyết nguyên mẫu trong tâm lý học phân tích của Carl Jung	11

Chương một:
    Nguyên mẫu liên quan đến vòng đời   21

Chương hai:
    Nguyên mẫu liên quan đến quyền lực

Chương ba:
    Nguyên mẫu liên quan đến tình cảm   143

Chương bốn:
    Nguyên mẫu liên quan đến tinh thần   187

Chương năm:
    Nguyên mẫu liên quan đến ý chí   233

Tiểu sử nhà tâm lý học Carl Jung   309

Tài liệu tham khảo   313

Lời nói đầu

Lý thuyết Nguyên mẫu của Carl Jung có thể coi là trụ cột trong lý thuyết tâm lý học phân tích mà Carl Jung đã dày công nghiên cứu. Dù ra đời đã gần một thế kỷ, vậy mà lý thuyết này đến nay mới được biết đến rộng rãi tại Việt Nam, đặc biệt trong khoảng mười năm trở lại đây, trở thành một lý thuyết hấp dẫn, thu hút một số lượng rất lớn nhà nghiên cứu cũng như những học giả tìm hiểu và ứng dụng của nó ngày càng được sử dụng rộng rãi ở nhiều tầm mức: từ điều trị tâm lý cho đến các ứng dụng đời sống hằng ngày cũng như tìm hiểu tâm lý bản thân.

Vậy mà hiện nay, đầu sách về lý thuyết của Carl Jung vẫn rất yếu và thiếu, đến nay vẫn chưa có một cuốn sách nào mô tả và hướng dẫn các hình trạng của hệ thống nguyên mẫu, đặc biệt là những nguyên mẫu mới phát triển sau này, so với số lượng nguyên mẫu ít ỏi thời kỳ ban đầu. Nhóm nghiên cứu cho rằng đó là một thiếu sót lớn, vì vậy, chúng tôi mạnh nha đề ra quyển sách này, nhằm mô tả tương đối những nguyên mẫu mới xuất hiện gần đây, để người đọc, nhất là những nhà nghiên cứu có thêm tư liệu để tìm hiểu về lý thuyết này. Trong quyển giáo trình này, chúng tôi chỉ tạm mô tả hình trạng của gần 80 nguyên mẫu do nhà nghiên cứu Caroline Myss đề xuất vào những năm 2000. Không phải quá mới và đầy đủ như một số đề xuất gần đây, nhưng bộ nguyên mẫu này có thể là hành trang tương đối tốt cho những ai đi sâu tìm hiểu về nguyên mẫu và sự đa dạng của nó. Đồng thời, ứng với mỗi nguyên mẫu, chúng tôi cố gắng đưa ra những chỉ dẫn ứng dụng một cách dễ hiểu để cuốn giáo trình này không chỉ thuần túy lý thuyết mà còn là cơ sở để có thể đưa ra ứng dụng thực hành trên thực tế.

Cuốn giáo trình nào cũng sẽ chứa nhiều sai sót, nhất là càng theo thời gian, những sai sót này càng bộc lộ ra. Chúng tôi coi đó là những sai sót hiển nhiên phải tồn tại mà chúng tôi là người phải sửa chữa chúng trong tương lai, trong những phần cập nhật sau này. Để nhìn thấy được những sai sót đó, không thể nào không nhờ vào đọc giả của giáo trình này chỉ điểm cho chúng tôi, chúng tôi chân thành cảm ơn tất cả những góp ý cũng như khuyến khích mà các bạn đọc giả đã, đang và sẽ gửi đến chúng tôi với lòng chân chính yêu thương tri thức.

Nhóm tác giả

LÝ THUYẾT NGUYÊN MẪU TRONG TÂM LÝ HỌC PHÂN TÍCH CARL JUNG

Nguyên mẫu và Vô Thức Tập Thể trong Tâm lý học phân tích của Carl Jung có thể xem là những khám phá quan trọng của ông, trên nền tảng lý thuyết Phân tâm học của nhà tâm lý học Sigmund Freud. Nếu như ban đầu, lý thuyết của Freud tập trung vào tính dục hay Libido, cũng như Vô thức cá nhân; nơi chứa đựng các phần Libido bị dồn nén mà tự thân con người không nhận thức được. Lý thuyết của Freud tập trung vào tự thân cá nhân, và với ông thì vương đạo đến khám phá vô thức chính là giấc mơ, *"Giấc mơ trọn vẹn là sự thay thế một biến cố vô thức bằng một biến cố đã biến dạng. Giải mộng tức là khám phá ra vô thức này"*, hơn thế nữa, với Freud thì giấc mơ cũng là suối nguồn cho văn hoá nghệ thuật của nhân loại, *"Chúng là chất liệu sống của việc sản xuất thi ca, bởi vì, người viết tác phẩm tưởng tượng, có thể biến đổi, cải trang, giản lược những "giấc mơ tỉnh" này một cách nào đó, để đem vào tiểu thuyết, truyện ngắn hay kịch bản của họ".* Về cơ bản, Phân Tâm Học là tập hợp những lý thuyết và phương pháp tâm lý học được phát triển trên quan điểm vô thức, cũng như sự tác động từ vô thức lên hành vi và trạng thái tâm lý của con người. Học thuyết của Freud chia bản năng con người ra làm ba phần gồm: Cái Nó (Id), Cái Tôi (Ego), Cái Siêu Tôi (Super Ego), và theo quan niệm của Freud thì con người chịu sự chi phối của nhu cầu dục năng và theo đó mọi hành vi và các trạng thái tâm lý của con người đều có xu hướng chịu ảnh hưởng của dục năng. Những điểm nổi bật trong lý thuyết của Phân Tâm Học có thể kể đến: các khái niệm về Vô Thức (Unconsciousness), Dục Năng (Libido), Giấc Mơ (cánh cửa bước vào vô thức). Và bởi chịu sự chi phối của hành vi, kinh nghiệm và nhận thức của con người phần lớn được định hình bởi các xung năng bẩm sinh và phi lý; đặc biệt là trong giai đoạn thơ ấu.

Nhưng Jung lại nghĩ khác Freud, ông cho rằng cho rằng tâm thức con người không chỉ giới hạn ở các trải nghiệm cá nhân thời thơ ấu, mà có điều gì đó sâu xa hơn mang tính tập thể của con người được truyền từ đời này sang đời khác. Từ đó, Jung phát triển lý thuyết riêng của mình với các khái niệm mới là Vô thức tập thể, Nguyên mẫu, Phức Cảm... Đây là những khái niệm quan trọng của Jung, đưa đến sự nối kết giữa Tâm lý học phân tích và các ngành khoa học xã hội khác. Một cách đơn giản, cấu trúc tâm thức con người được Jung khái quát gồm có: Ý thức (*Conscious*), Vô thức cá nhân (*Personal Unconscious*), Vô thức tập thể (*Collective Unconscious*). Các phần này hệt như một hòn

Lời nói đầu

đảo giữa đại dương mà trong đó thì Ý thức là phần đảo nổi lên giữa đại dương ấy chính là phần mà con người nhận thức được, còn phần chìm chính là Vô thức cá nhân của chính con người đó, và sâu xa hơn thế là những phần vô hình kết nối với trái đất chính là Vô thức tập thể. Và ở nơi sâu xa nhất ấy, các Nguyên mẫu tồn tại. Trong cuốn Archetypes and the Collective Unconscious, Jung đề cập *"Không ít thì nhiều, tầng mặt của vô thức dứt khoát thuộc về cá nhân. Tôi gọi nó là vô thức cá nhân (personal unconscious). Nhưng vô thức cá nhân này dựa vào một tầng sâu hơn, tầng này không bắt nguồn từ kinh nghiệm cá nhân và không phải là cái đạt được thuộc cá nhân mà là bẩm sinh. Tầng sâu hơn này, tôi gọi là vô thức tập thể (collective unconscious). Tôi chọn thuật ngữ "tập thể" (collective) bởi phần vô thức này không mang tính cá biệt mà có tính phổ quát"*

Nguyên mẫu hay Archetype có tên gọi bắt nguồn từ tiếng Hi Lạp cổ là ἄρχω hay árkhō có ý nghĩa là khởi thuỷ và τύπος hay túpos có ý nghĩa là vết tích/ dấu vết. Nên vì thế, Archetype trong tiếng Việt còn được gọi dưới những tên khác nhau như Nguyên mẫu, Nguyên tượng, Mẫu gốc, Siêu mẫu, Siêu tượng..., Jung đề cập đến Nguyên mẫu như sau: *"Những nội dung của vô thức cá nhân chủ yếu là cảm xúc – phức cảm biến hóa đa dạng (the feeling – toned complexes), như chúng được gọi; chúng tạo nên đời sống tâm lí riêng tư và cá nhân. Những nội dung của vô thức tập thể, mặt khác, được biết đến như là những cổ mẫu"* Và từ đó, Jung nhấn mạnh rằng tâm thức con người không chỉ đơn thuần là trải nghiệm cá nhân, mà tâm thức con người còn nối kết với đại dương sâu thẳm hay chính là nối kết với vô thức tập thể của nhân loại. Theo Daryl Sharp thì *"Vô thức tập thể bao gồm toàn thể di sản tâm linh từ sự tiến hóa của nhân loại, tái sinh trong cấu trúc não bộ mỗi cá nhân"*.

Cụ thể hơn, Freud cho rằng vô thức cá nhân được hình thành dựa trên những gì mà con người đã trải qua, thí dụ, trong thời niên thiếu khi chúng ta được con chó cứu trợ; thì với vô thức của chúng ta thì biểu tượng con chó mang tính chất người bạn, biểu tượng của sự trung thành, hỗ trợ. Ngược lại, nếu ta bị con chó cắn; tấn công, thì nó lại là biểu tượng của sự xấu xa, hung dữ. Ban đầu, Jung cũng đồng thuận với quan điểm này, nhưng qua thời gian nghiên cứu, ông lại chú ý xa hơn, rằng nhiều dân tộc vùng miền tách biệt nhau đều có quan niệm tương đồng với nhau. Dường như nguồn cơn của những sự đau khổ nằm ở sâu bên trong con người. Jung nhấn mạnh rằng: *"Tâm thức con người cần phải được nghiên cứu, bởi rằng nó là nguồn cơn mọi sự khốn khổ"*.

Từ đó, Jung cho rằng mọi người đều có sự kết nối chung với nhau, bằng vô thức tập thể, là phần chứa đựng những gì sâu xa nhất trong tâm thức con người. Theo đó, con người không sinh ra như là "tấm bảng trắng" (tabula rasa), mà trong tâm thức khi sinh ra đã có chứa đựng những cấu trúc, hình ảnh được tổ tiên tích lũy qua hằng triệu năm sinh tồn, giống như bản năng xây tổ và di cư của loài chim. Tiếp đó, trong vùng vô thức tập thể lại chứa đựng Nguyên mẫu, đó là những khái niệm được phóng chiếu bằng hình ảnh, như Nguyên mẫu người mẹ, người thầy, anh hùng, phù thủy, quái vật, trinh nữ..., những Nguyên mẫu này được cụ thể hóa thông qua phức cảm bên trong vùng vô thức cá nhân. Theo Jung, số lượng Nguyên mẫu có thể là vô tận, theo quá trình phát triển tâm thức của con người. Và với Jung, con đường vương đạo để đi vào tâm thức con người chính là thông qua các Nguyên mẫu và các Phức Cảm; chứ không phải là giấc mơ như Freud đã nghĩ.

Có vài điều về Nguyên mẫu mà chúng ta cần chú ý như sau: **Thứ nhất**, Nguyên mẫu giống như dạng cấu trúc tâm thức dưới dạng tiềm năng và không biểu diễn trực tiếp, mà thông qua hệ ma trận biểu tượng từ mỗi nền văn hoá và xã hội khác để tự biểu diễn mình. Sự biểu diễn bởi tập hợp các biểu tượng có thể biến đổi nhiều về chi tiết, nhưng lại không làm biến đổi về hình mẫu cơ bản của chúng, như Nguyên mẫu người mẹ có thể được biểu diễn dưới nhiều hình dạng khác nhau nhưng vẫn mang theo các ý tưởng nguyên thuỷ về người mẹ *(The archetypes is a tendency to form such representations of a motif - representations that can vary a great deal in detail without losing their basic pattern"- Man and His Symbols).*

Nên chính vì thế, ở tâm thức con người mang theo toàn vẹn cấu trúc Nguyên mẫu nhưng bởi do văn hoá xã hội ảnh hưởng mà sự phóng chiếu Nguyên mẫu thông qua tập hợp các biểu tượng lại khác nhau. Như biểu tượng của máu đôi lúc được kết nối với Nguyên mẫu nước bởi tính sóng sánh của mình, đôi lúc lại kết nối với Nguyên mẫu lửa bởi màu sắc của mình. Nên từ điểm này, chúng ta có thể thấy hệ thống Nguyên mẫu được tìm thấy trong giấc mơ, thần thoại, văn hoá dân gian của một dân tộc không chỉ phản ánh thế giới nội tâm của cá nhân mà còn phản ánh căn tính và tâm thức của cả dân tộc đó. Bởi lẽ, ngoài những nhóm Nguyên mẫu chúng tìm thấy ở các dân tộc thì lại có những nhóm Nguyên mẫu chỉ tìm thấy ở những dân tộc nhất định; thí dụ Nguyên mẫu về cuộc chiến giữa cha và con có thể tìm thấy ở Phương Tây mà cụ thể là thần thoại Hi Lạp như cuộc chiến của Zeus và cha mình là Cronus, hay của câu chuyện của Oedipus, nhưng Nguyên mẫu cuộc chiến cha con này lại hiếm khi bắt gặp trong văn hoá dân gian người Việt, mà ở văn hoá dân gian người Việt lại nổi bật các Nguyên mẫu về cuộc chiến giữa anh em hay chị em như chuyện Ăn khế trả vàng hay Tấm Cám. Nên để khám phá căn tính và tâm thức của một dân tộc, thì con đường Nguyên mẫu là một con đường mới hứa hẹn mang lại nhiều kiến giải đặc sắc. Như Jung đã nói trong tác phẩm Thăm Dò Tiềm Thức của mình: *"Cũng như mặc cảm cá nhân, mặc cảm tập thể thuộc về siêu tượng cũng có một quá khứ. Nhưng mặc cảm cá nhân chỉ gây những ngang trái cho cá nhân, còn siêu tượng tạo ra những huyền tượng, những* tôn giáo, những triết lí có ảnh hưởng đến một dân tộc, đến thời đại và làm cho chúng hiện ra dưới một sắc thái riêng"

Thứ hai, Nguyên mẫu dù chìm trong đại dương vô thức tập thể của nhân loại, nhưng lại có thể được kích hoạt thông qua những trải nghiệm cá nhân một cách chủ động hay những giấc mơ theo cách bị động. Ở trong giấc mơ cá nhân, Nguyên mẫu được biểu diễn bởi các biểu tượng gần gũi nhất của đối tượng theo những cách nguyên thuỷ nhất. Ở chiều hướng ngược lại, được Joseph Campbell nhận định một cách tài tình *"Thần thoại là giấc mơ chung của cộng đồng, còn giấc mơ là thần thoại của riêng mỗi người"* và Jung cũng khẳng định điều này: *"Toàn thể thần thoại có thể được coi như là một dạng phóng chiếu của vô thức tập thể."* Nên với Jung, kích hoạt hay gọi dậy Nguyên mẫu bên trong tâm thức của từng cá nhân chính là quá trình tự chuyển hoá ngược dòng tâm thức chung. Sự biến đổi từ vô thức cá nhân (personal unconscious) và vô thức tập thể (collective unconscious) thành ý thức thực tại (consciousness). Trong đó, các Nguyên mẫu nằm trong phần vô thức tập thể được thể hiện qua văn hoá dân gian được kích hoạt. Quá trình đó được thực hiện thông qua các liên tưởng biểu tượng: giấc mơ, hoạt tưởng và tự huyễn. Với ông, quá trình thực hành trải nghiệm này có thể thông qua những giấc mơ, quá trình tín ngưỡng tôn giáo hay là sự chuyển đổi tự thân. Bằng sự tôi luyện bên trong, như quá trình giả kim tinh thần thì con người sẽ rũ sạch những lớp trầm tích để nhìn rõ chính mình. Như thầy Thích Nhất Hạnh cùng chia sẻ ý tưởng về con đường này với Jung: *"Cách thứ ba để giải quyết phiền não đã ở trong ta từ thời thơ ấu là chủ động mời chúng đi lên bình diện ý thức. Chúng ta mời các đau khổ, tuyệt vọng, hối hận và khát khao mà trong quá khứ chúng ta gặp khó khăn trong việc tiếp xúc với chúng. Chúng ta ngồi xuống và nói chuyện với chúng như những người bạn cũ lâu ngày không gặp. Nhưng trước khi chúng ta mời chúng lên bề mặt ý thức, chúng ta cần phải chắc rằng ngọn đèn chánh niệm tỉnh giác đang chiếu soi, ánh sáng của nó vững vàng và mạnh mẽ."*

Jung nhấn mạnh "Quá trình cá nhân hóa là quá trình biến đổi mà ở đó các nền tảng vô thức của cá nhân và cộng đồng được chuyển thành hữu thức [có ý thức] thông qua các biểu tượng nghĩa của giấc mơ, các hoạt tưởng [các hành vi huyền bí và thần thoại nói chung, dịch từ chữ Active Imagination], các tự huyễn [free association], từ đó trở thành tính cách con người. Đó là quá trình hoàn toàn tự nhiên để tâm lý được kết cấu nên. Quá trình cá nhân hóa là phương thuốc thần thánh, hiệu quả cho sức khỏe của bất kỳ cá nhân nào, dù ở phương diện tâm hồn hay thể xác" - Trích cuốn Symbols of Transformation: An analysis of the prelude to a case of schizophrenia;1962.

Thứ ba, chúng ta chia sẻ cùng với nhau vô thức tập thể thông qua hệ Nguyên mẫu, như nhân loại cùng hít thở chung một bầu khí quyển. Trong những câu chuyện kể xa xưa lại chứa đựng hình ảnh của chúng ta. Nên chính vì thế, dưới góc nhìn tâm lý học phân tích thì Nguyên mẫu và những sáng tạo văn hoá sử dụng biểu tượng có mối liên hệ mật thiết. Như M.H. Abrams đề cập: *"thuật ngữ Nguyên mẫu dùng để chỉ kiểu truyện kể trở đi trở lại, các kiểu hành động, nhân vật, chủ đề, và hình ảnh được nhận ra trong vô vàn trạng thái của các tác phẩm văn học, như trong thần thoại, giấc mơ, và cả các nghi lễ xã hội. Sự lặp lại này trở thành kết quả của các hình thái (form) hay mô hình (pattern) cơ bản và phổ biến trong tâm lí con người, mà sự hiện diện hữu hiệu của chúng trong một tác phẩm văn học gợi lên sự hồi đáp mạnh mẽ từ người đọc, bởi anh ta có chung (share) các Nguyên mẫu được miêu tả bởi tác giả"*. Dưới cái nhìn tác phẩm văn học tự thân nó như là một thế giới được kiến tạo bởi trí tưởng tượng nhân loại, nhà phê bình người Canada N. Frye trong tác phẩm Anatomy of Criticism của mình đã phát triển nội hàm của lý thuyết Archetype của Jung. N.Frye quan niệm Nguyên mẫu như là *"thường là một hình tượng trở đi trở lại thường xuyên trong văn học để được nhận biết như một thành tố của một trải nghiệm văn học như' một tổng thể"*

Quá trình sáng tạo văn học, hay tham gia vào thế giới của tác phẩm cũng chính là quá trình biến đổi kích hoạt cả Nguyên mẫu trong mối quan giữa tâm thức cá nhân và vô thức tập thể. Quá trình biến đổi này được thực hiện thông qua sự tổng hợp và kết chồng các lớp biểu tượng tùy thuộc vào ảnh hưởng của từng Nguyên mẫu trong các lớp biểu tượng đó. Jung tin rằng trái tim của văn hoá, tín ngưỡng tôn giáo là hành trình biến đổi (dịch từ chữ "journey of transformation"), và văn học, nghệ thuật, tôn giáo hay thần bí học đều mang mục đích chung là làm cho chúng ta tốt hơn ("well-being"). Điều đó dẫn đến khái niệm rằng: "cái phù hợp" được coi là hành vi được tạo nên bởi sự kết hợp của tiềm thức cộng đồng và tiềm thức cá nhân. Cá nhân sẽ hạnh phúc nếu hành vi của người đó luôn thỏa mãn được cái tiềm thức cộng đồng (quan niệm của cộng đồng) và tiềm thức cá nhân (quan niệm của cá nhân). Hành vi "phù hợp" đó chính là sự tiến hóa của The Senex (cũng đồng thời là The Seft). Đó là cuộc hành trình để chạm đến cái "tôi" và đồng thời chạm đến cái "thánh thiêng" (Dịch từ "It is a journey to meet the self and at the same time to meet the Divine"- Jung, nd). Và khi sự chuyển hoá diễn ra, thì người ta sẽ thấy được sự bình yên trong tâm hồn mà không còn khát cầu bên ngoài.

Chương một:

NGUYÊN MẪU LIÊN QUAN ĐẾN VÒNG ĐỜI

0 – NGUYÊN MẪU THẰNG HỀ (CLOWN ARCHETYPE)

"Ngay cả kẻ già đầu cũng có lúc dại khờ" - Ngạn ngữ Anh

Nguyên mẫu thằng hề (người diễn hài, người pha trò) liên quan trực tiếp đến cảm xúc. Một mặt, anh hề gợi lên những cảm xúc ở người khác; mặt khác, chiếc mặt nạ của anh hề lại che đi cảm xúc thực sự của bản thân. Nguyên mẫu anh hề thường xuất hiện ở những người có mối liên kết xã hội không bền vững, thường xuyên phải che dấu cảm xúc trước đám đông, không thể bộc lộ ra chính bản chất riêng của mình. Ở mức độ cao hơn, anh hề với chiếc mặt nạ khóc cười bước vào một thân phận khác, phá vỡ những rào cản định kiến xã hội để chế giễu những thói xấu trong xã hội. Mặt tối của Nguyên mẫu anh hề, chính việc sự dụng chiếc mặt nạ tạo ra sự tin tưởng để lừa dối, phản bội và trục lợi cho bản thân. Ở Nguyên mẫu này, bạn có thể học cách để đối diện cảm xúc thực sự của bản thân, để tìm thấy được sứ mệnh giúp đỡ cảm xúc người khác, và cũng biết cách để vượt lên những sự dán nhãn định danh bản thân bạn từ bên ngoài

Về công việc, nếu đang bắt đầu xây dựng công ty hay dự án mới, Nguyên mẫu tương ứng với tình trạng mất định hướng và đầy rủi ro kinh doanh. Nếu dự án đã triển khai thì Nguyên mẫu mô tả tình trạng bão hòa hay bất lực với cách điều hành, hoặc diễn tả một kiểu điều hành độc đoán và áp lực. Nhận được Nguyên mẫu này, bạn nên xem lại cách điều hành dự án hay công ty của mình, xem lại định hướng cho công ty, tránh định hướng dàn trải mà không có mũi nhọn cụ thể.

Về tài chính, Nguyên mẫu thể hiện một hoàn cảnh tiêu xài phung phí không chừng mực, hoặc tiêu phí theo cảm tính mà không có sự chủ động về mục đích. Nguyên mẫu giảm sự tiêu cực khi bạn thực hiện theo đam mê và quyết định tiêu phí cho sự đam mê đó. Trường hợp này, Nguyên mẫu ám chỉ sự tiêu phí quá đáng dành cho đam mê, nhưng mặt khác, sự đam mê đó lên đến cực điểm và như vậy, chưa chắc đã là không tốt. Còn thông thường, bạn nên coi lại định mức chi tiêu và mục tiêu chi tiêu của bản thân.

Về tình yêu, vợ chồng thì Nguyên mẫu cảnh báo nguy cơ một trong hai người đang theo đuổi một mục đích khác như công việc hay đam mê mà bỏ bê mối quan hệ tình cảm. Nguyên mẫu cũng hiển thị, tệ hơn nữa là những rủi ro phản bội. Nếu bạn đang có mục đích to lớn và bỏ quá nhiều thời gian vào điều đó thì bạn đang đánh mất cơ hội hạnh phúc trong tình yêu. Hãy xem lại thời gian biểu của bản thân và suy xét xem mình có phải đã dành quá ít thời gian cho người yêu hay không. Điều chỉnh lại, bạn có thể giảm tối đa nguy cơ liên quan đến sự phản bội do Nguyên mẫu mang lại.

Tóm tắt từ khóa: Điên rồ, loạn trí, lãng phí, nhiễm độc, mê sảng, điên cuồng, phản bội, sơ suất, vắng mặt, phân phối dàn trải, bất cẩn, thờ ơ, vô hiệu, kiêu căng.

1 - NGUYÊN MẪU GIẢ KIM SƯ (ALCHEMIST ARCHETYPE)

"Tôi biết, tất nhiên, là cây và cỏ có rễ, thân, vỏ, cành và lá đều tiến về phía ánh sáng. Nhưng tôi muốn nhắc rằng các nhà ma thuật thực sự sẽ toả sáng ngay cả ở bên trong" - Edward Steichen

Khi đề cập đến hình ảnh Nguyên mẫu Nhà giả kim này, các nhà tâm lý học Jung gợi ý cho chúng ta về hình ảnh của nhân vật Rumpelstiltskin trong truyện cổ tích, một nhân vật kì lạ có khả năng biến những sợi rơm thành vàng. Rumpelstiltskin là một đại diện kì lạ của Nguyên mẫu Nhà giả kim, kẻ với ẩn dụ về năng lực đặc biệt như biến đổi rơm thành vàng. Những hình ảnh thường xuất hiện trong các câu chuyện cổ tích gần với hình ảnh Nhà giả kim chính là Pháp Sư và Ảo Thuật Gia. Trong các câu chuyện kể, Nhà giả kim cố gắng nỗ lực biến Chì thành Vàng, còn Pháp sư gắn liền với những năng lực siêu nhiên, và Ảo thuật gia thì nghiên về việc trình diễn; đánh đố khán giả và khiến họ say mê. Nhưng sâu xa hơn, việc biến Chì thành Vàng là ẩn dụ cho việc biến đổi nội tâm, chuyển đổi linh hồn từ phàm thành thiêng. Như khi bạn thực hành việc phát triển tâm linh thông qua biến đổi nội tâm phù hợp với các quy luật vũ trụ, cũng chính là quá trình hợp nhất với năng lượng Nguyên mẫu Nhà giả kim này. Đó là lúc bạn sẽ thấy được bên trong chính mình hình ảnh của Merlin; vị pháp sư thông thái và là thầy của vua Arthur, hay Hermes Trismegistus; ngôn sứ của các vị thần và là người nắm giữ tri thức bí truyền của các không gian khác nhau. Năng lượng gốc rễ của Nguyên mẫu này chính là sự khao khát tri thức, cũng như nắm giữ được như tri thức đặc biệt ví như khả năng "biến rơm thành vàng", nhưng ở góc độ ánh sáng thì tri thức và khả năng của Nhà giả kim mang đến sự giúp đỡ và ích lợi cho người khác, nên trong thực tế thì Nostradamus hay Isaac Newton cũng có thể xem là những điển hình của Nguyên mẫu này. Nhưng ở mặt tối, năng lượng của Nguyên mẫu Nhà giả kim sẽ được sử dụng không phù hợp, như tri thức được dùng như công cụ của lợi ích bất chính và quyền lực đen tối. Nguyên mẫu Nhà giả kim chính là tiềm năng vô hạn trong bạn, vì thế bạn cần học về những khả năng của bản thân cũng như biết cách làm bạn và sử dụng chúng. Sự sáng tạo, tiềm năng và tri thức cần trí tuệ dẫn đường, và chia sẻ với trái tim lương thiện để đưa bạn đến những chân trời mới. Còn nếu như tài năng được sử dụng sai trái sẽ khiến bạn chìm đắm trong nỗi đau khổ điên cuồng.

Về công việc, Nguyên mẫu ám chỉ một công việc được chuẩn bị tốt, và được dẫn dắt bởi một người có kỹ năng. Sự tự tin trong Nguyên mẫu này xuất hiện chừng mực. Nguyên mẫu cho biết một công việc thành công và ổn định. Đối với trường hợp khởi nghiệp hay mở đầu dự án thì đây là tín hiệu tốt. Nguyên mẫu cũng nhắc đến cạm bẫy như một khó khăn cần phải vượt qua, vì vậy, cần phải cẩn thận với những chiêu bài dụ dỗ nếu có đối với các dự án.

Về tài chính, Nguyên mẫu chỉ sự sung túc hiếm có trong Tarot. Các vấn đề gặp phải Về tài chính sẽ dễ dàng được giải quyết và trôi qua êm đẹp. Tuy nhiên, Nguyên mẫu cảnh báo sự mất mát nếu trong trường hợp cho vay mượn. Cạm bẫy đối với những dụ dỗ lợi nhuận có thể sẽ diễn ra thường xuyên hơn. Lời khuyên cho vấn đề là tạm dừng các khoản vay mượn sẽ giúp bạn có sự ổn định trong tiền bạc và chi tiêu. Bạn cũng cần cẩn thận để không làm rơi mất tiền bạc trong cuộc du hành của mình.

Về tình yêu, Nguyên mẫu là sự báo hiệu tốt về các mối quan hệ tình yêu, đặc biệt là các dự định tương lai. Nếu có dự định xây nhà, đầu tư, hay có con đều sẽ thuận lợi nếu thực hiện vì có nhiều sự hỗ trợ từ bên ngoài. Sự tự chủ Về tài chính, sự ổn định về công việc, và sự hỗ trợ tốt từ bạn bè là những nhân tố chính giúp cho các vấn đề tình yêu được thăng hoa. Nếu bạn cảm nhận được sự ổn định này thì một vài dự định cá nhân hay hôn nhân nên được thực hiện.

Từ khóa: Kỹ năng, ngoại giao, địa chỉ, tinh tế, bệnh tật, đau đớn, mất mát, thảm họa, cạm bẫy; sự tự tin, bác sĩ, thầy phép, bệnh tâm thần, nhục nhã, băn khoăn.

2 - NGUYÊN MẪU TÂM LINH SƯ (SPIRITUAL GUIDE ARCHETYPE)

"Tri thức là kết tinh của trí tuệ, văn hóa là ánh sáng của ngọc thạch phát ra" - Tagore

Nguyên mẫu người hướng dẫn tâm linh hay là người thầy tâm linh, với biểu hiện bên ngoài cùng với hành động hướng dẫn về sự phát triển tâm linh cho những người khác. Nhưng sâu xa bên trong, cốt lõi của Nguyên mẫu này vẫn là người đi tìm kiếm sự phát triển tâm linh, có sự thực chứng những tri thức siêu nghiệm. Nguyên mẫu này tồn tại ở mọi người, luôn có sự khao khát tìm kiếm các bí mật huyền diệu trong vũ trụ. Sự thực hành tâm linh của

Nguyên mẫu này không bị giới hạn trong những nghi lễ, mà hướng đến sự trải nghiệm tâm linh, và chia sẻ các tri thức thông thái không che dấu. Ở mặt tối, Nguyên mẫu

người hướng dẫn tâm linh trở nên sa ngã khi tri thức hay kinh nghiệm chỉ là phương tiện của mục đích lợi ích, sự truyền đạt hướng dẫn của họ hoa mỹ đẹp đẽ hơn nhưng lại không mang lại điều tốt cho người tin theo. Để bước qua mặt tối của Nguyên mẫu này, cần hướng đến sự phát triển tâm linh trước khi hướng dẫn tâm linh cho người khác. Đối diện với mặt tối, bạn có cơ hội tìm thấy vị thầy tâm linh bên trong của tự thân.

Về công việc, Nguyên mẫu nói đến một công việc tốt được xây dựng trên nền tảng cơ sở tri thức vững chắc, và được hướng dẫn bởi một người có kinh nghiệm hơn. Nguyên mẫu cho biết công việc đang có tiến triển tốt. Đối với trường hợp khởi nghiệp, hay bắt đầu dự án mới thì sẽ có người ở địa vị cao hơn giúp đỡ. Đối với trường hợp bạn đang ở vị trí cao, Nguyên mẫu lại là sự báo hiệu về những nhân tài tiềm ẩn. Lời khuyên đưa ra là hãy chú ý xung quanh, đồng thời sử dụng trực giác của bản thân, tránh bỏ sót nhân tài.

Về tài chính, đây là một Nguyên mẫu tốt. Nếu bạn muốn đầu tư, nhưng đang còn băn khoăn thì Nguyên mẫu báo hiệu sẽ có người giúp đỡ tư vấn cho bạn. Trường hợp bạn muốn vay mượn thì đây là cơ hội thuận lợi. Song hãy lưu ý kỹ về mặt giấy tờ, hợp đồng...

Về tình yêu, đây không phải là một Nguyên mẫu thuận lợi. Một người, hoặc cả hai vẫn còn nhiều bí ẩn, nhiều tâm tư mà cả hai bên chưa thấu hiểu rõ. Nếu bạn đang trong thời gian tìm hiểu thì bạn và đối phương vẫn chưa nhìn thấy được hết mặt tốt lẫn xấu của nhau. Nếu mối quan hệ của bạn đã có thời gian, thì Nguyên mẫu báo hiệu về những bí ẩn, có nhiều lúc lại là sự thờ ơ, lãnh cảm. Lời khuyên đưa ra là bạn nên tìm hiểu nguyên nhân của những vấn đề trên thay vì tránh đối mặt với chúng.

Từ khóa: Bí ẩn, sự huyền bí, sự tĩnh lặng, sự khoan dung, sự kiên trì, thông thái, tự phụ, trực giác, chuyện bị giấu kín, thờ ơ.

3 - NGUYÊN MẪU NỮ HOÀNG (EMPRESS ARCHETYPE)

"Người mẹ hiểu được lời của đứa trẻ không nói" - Ngạn ngữ Do Thái

Nguyên mẫu Hoàng hậu, nữ hoàng, nữ chúa, nữ chủ nhân được cân bằng bởi hai phẩm chất là trí tuệ và lòng nhân từ. Một khi mất cân bằng giữa hai phẩm chất này thì Nguyên mẫu này sẽ rơi vào các cực đoan khác nhau. Khi sự thông minh thiếu đi nhân từ, Nguyên mẫu hoàng hậu sẽ trở nên lạnh lùng, vô cảm, vì muốn đạt được mục đích mà không từ thủ đoạn như hoàng hậu độc ác trong chuyện Bạch Tuyết. Ngược lại, khi quá nhân

từ thiếu đi trí tuệ thì hoàng hậu trở thành một nạn nhân nhu nhược, một nguyên nhân gián tiếp gây ra sự hỗn loạn trong môi trường sống của chính mình. Chỉ khi cân bằng được hai phẩm chất trí tuệ và lòng nhân từ thì hoàng hậu mới có thể làm chủ sức mạnh của chính mình, cũng như mang lại hạnh phúc cho những người xung quanh.

Trong công việc, đây là một Nguyên mẫu tốt. Nếu bạn đang muốn khởi nghiệp, thì đây là thời cơ thuận lợi. Còn nếu bạn đang trong giai đoạn giải quyết công việc, thì kết quả đạt được xứng đáng với những gì bạn bỏ ra. Đồng thời, Nguyên mẫu cũng là tín hiệu khả quan nếu bạn muốn mở rộng việc làm ăn, đừng bỏ lỡ cơ hội. Trong một số quan niệm, Nguyên mẫu có thể báo hiệu là bạn sẽ được sự giúp đỡ từ một người phụ nữ cao quý.

Về tài chính, Nguyên mẫu báo hiệu đây là thời điểm tốt để bạn đầu tư vào điều mà bạn yêu thích và cũng là thời điểm để gặt hái những thành quả mà bạn đã bỏ công sức ra. Nếu bạn đang tính vay mượn, hoặc định cho ai vay mượn, thì đừng ngần ngại. Ở trường hợp bạn đang có một món tiền lớn nhưng không có kế hoạch rõ ràng, thì Nguyên mẫu lại là sự cảnh báo bạn có thể phung phí tiền một cách thiếu suy nghĩ.

Về tình yêu, đây là thời điểm lý tưởng của tình yêu. Hãy làm điều gì đó lãng mạn với người thương của bạn. Nếu bạn còn đang độc thân, thì Nguyên mẫu là tín hiệu về một tình yêu nồng nàn, chân thành. Nếu bạn đã có gia đình, đây là thời điểm để bày tỏ những tâm tình mà bản thân chưa có dịp tỏ bày. Lời khuyên mà Nguyên mẫu đưa ra là hãy dành thời gian cho gia đình.

Từ khóa: Nữ tính, vẻ đẹp, sự quan tâm, bí ẩn, cảm xúc, sinh sản, thiếu quan tâm, phung phí, sự lười nhác.

4 - NGUYÊN MẪU VỊ VUA (KING ARCHETYPE)

"Trước khi chúng ta đạt được quyền năng to lớn, chúng ta phải đạt được sự khôn ngoan để dùng tốt nó" - Ralph Waldo Emerson

Nguyên mẫu Vua (hoàng đế, người cai trị, thủ lĩnh, đầu lĩnh) thường được liên tưởng đến những tính chất như tham vọng quyền lực đỉnh cao, quyền lực thống trị của nam tính, trật tự. Nguyên mẫu này thường được kích hoạt ở những người hoạt động lãnh đạo, truyền năng lượng cảm hứng cho những người theo sau. Ở mặt sáng, Nguyên mẫu này đưa đến sự vận hành có trật tự và phát triển cho vương quốc, doanh nghiệp riêng; từ đó đưa lại lợi ích thiết thực cho người theo đuổi của họ. Phẩm chất của một vị vua được sinh ra từ tinh thần và rèn luyện chứ không phải do huyết thống hoàn toàn. Ở mặt tối, Nguyên mẫu vua trở thành một bạo chúa, kẻ thống trị tàn nhẫn, và bóc lột người khác; năng lượng quá lớn của Nguyên mẫu này nhấn chìm tinh thần yếu đuối, không đủ sức chuyển hoá nó. Con đường chuyển hoá của Nguyên mẫu này, chính là chuyển hoá những phức cảm tự thân, để rèn luyện các phẩm tính của một vị vua bên trong, từ đó tìm thấy được vương đạo tự thân.

Về mặt công việc, đây là một Nguyên mẫu tốt. Nếu bạn chuẩn bị khởi nghiệp thì bạn sẽ gặp một người bề trên trải đời, nhiều kinh nghiệm hướng dẫn giúp đỡ bạn. Có lúc, Nguyên mẫu này lại thể hiện chính bản thân của bạn trong công việc, là một người đứng đầu phải chịu trách nhiệm và ra quyết định. Một trường hợp khác, là bạn đang làm việc với một người sếp rất tuyệt vời, là người nghiêm khắc nhưng sẽ hướng dẫn bạn tận tình. Trường hợp bạn bắt đầu một dự án mới, thì Nguyên mẫu là một tín hiệu thuận lợi.

Về tài chính, Nguyên mẫu cho bạn lời khuyên là nên kiểm soát nguồn tài chính của mình. Mọi sự chi tiêu phải được tính toán một cách cẩn thận. Bạn nên tập trung vào một mục tiêu cụ thể, không nên tham lam quá nhiều mục tiêu cùng một lúc. Nếu bạn muốn vay mượn, đây chưa phải là thời điểm thích hợp. Đồng thời, Nguyên mẫu cũng khuyên bạn không nên cho người khác vay mượn vào lúc này, bởi vì việc thu hồi sẽ khó khăn và có xung đột.

Về tình yêu, nếu bạn vẫn chưa có người yêu, thì

Nguyên mẫu báo hiệu bạn có thể khởi đầu mối quan hệ với một người trải đời, già dặn hơn bạn. Nếu bạn đang trong một mối quan hệ, thì sự cố chấp, kiêu hãnh của bạn hoặc người kia có thể khiến cả hai cùng đau lòng. Một sự cảm thông, lùi bước đúng lúc sẽ khiến cho mối quan hệ của bạn trở nên tốt đẹp hơn. Về vợ chồng, thì Nguyên mẫu là lời nhắc nhở bạn nên dành nhiều thời gian hơn cho gia đình.

Từ khóa: Xung đột, tự tin, kiên trì, cố chấp, cô độc, thành công, nóng giận, tự phụ, kiêu hãnh, nghiêm khắc, trật tự, ổn định.

5 - NGUYÊN MẪU THẦY THƯỢNG TẾ (PRIEST ARCHETYPE)

"Niềm tin là sức mạnh có thể khiến thế giới tan vỡ xuất hiện trong ánh sáng" - Helen Keller

Nguyên mẫu thượng tế, tư tế hay thuật sĩ, thầy đồng được thể hiện trong thần thoại với hình ảnh của Pythia, nữ tư tế của đền thờ Apollo tại Delphi; người kết nối với thần linh thông qua các nghi lễ để truyền các thông điệp đến trần gian. Cũng là người nắm giữ chìa khoá mở cánh cổng thượng giới. Nguyên mẫu này mang đến tinh thần của đức tin, sự sùng kính, truyền thống và ổn định. Xa hơn, Nguyên mẫu này không chỉ thực hiện sự kết nối thiêng liêng mà còn có vai trò thực hiện sự kết nối về tâm linh, với quá trình khai tâm thụ pháp. Vai trò của Nguyên mẫu này thường

được qua hình ảnh của Linh mục, Giáo sĩ, Tư tế trong các văn hoá tôn giáo. Ở mặt tối của Nguyên mẫu này, chính là sự mất nối với thần tính thiêng liêng bên trong, trở nên sa ngã và phản bội niềm tin ban đầu, từ đó bị cuốn lợi ích trần thế. Để kích hoạt Nguyên mẫu này, cần phải có sự kết nối với trí tuệ bên trong, thường được xem như thần tính thiêng liêng, để sống trọn vẹn trong con đường và niềm tin mà họ đã theo.

Về công việc, đây là một Nguyên mẫu của sự thử thách. Nếu bạn đang muốn bắt đầu công việc thì Nguyên mẫu báo hiệu bạn sẽ gặp một người thầy, người hướng dẫn nghiêm khắc và họ sẽ dạy bảo đồng thời thử thách bạn. Nếu bạn muốn thay đổi công việc, Nguyên mẫu ám chỉ thời cơ để gia nhập môi trường làm việc mới; bạn sẽ học hỏi được nhiều thứ mới mẻ. Nếu bạn bắt đầu một dự án mới, thì đây là Nguyên mẫu tốt, tuy nhiên, bạn cần phải có sự hỗ trợ từ những người khác.

Về tài chính, đây không phải là thời cơ tốt nếu bạn muốn kiếm tiền một cách nhanh chóng. Nguyên mẫu hàm ý về sự ổn định, các nguyên tắc, vì vậy bạn cần tuân theo những quy tắc cũ cũng như đầu tư vào những lĩnh vực mang tính ổn định chứ không phải lĩnh vực xa lạ, đầy mạo hiểm. Nếu bạn muốn vay mượn thì nên xin lời khuyên từ những người am hiểu về tài chính. Ở một trường hợp khác, nếu bạn ký kết các giấy tờ, hợp đồng, thì Nguyên mẫu nhắc nhở bạn cần phải chú ý, cân nhắc kỹ lưỡng trước khi ký..

Về tình yêu, nếu bạn là người độc thân, Nguyên mẫu cho bạn hành động tìm kiếm, thay vì ngồi đợi. Nếu bạn đang yêu, những lời hứa hẹn hoa mỹ sẽ hiếm hoi mà thay vào đó là những hành động quan tâm chăm sóc lẫn nhau. Mối quan hệ có thể tiến đến hôn nhân. Nếu bạn đã có gia đình, thì Nguyên mẫu nhắc nhở bạn nên lưu tâm đến những vấn đề tâm linh trong gia đình như kỵ giỗ, chăm sóc mồ mả, vấn đề phong thủy, hương khói cho bàn thờ tổ tiên... Ở khía cạnh khác, bạn nên dành thời gian cho gia đình, cũng như chăm sóc dạy dỗ con cái.

Từ khóa: Hôn nhân, kỷ luật, niềm tin, tôn giáo, đạo đức, truyền thống, cộng đồng, sự nhẫn nại, sự chịu đựng, hướng dẫn, lòng tốt, ổn định, trí tuệ, tinh thần.

6 - NGUYÊN MẪU NGƯỜI YÊU (LOVER ARCHETYPE)

"Những nụ hồng tình yêu làm đẹp vườn đời" - Lord Byron

Nguyên mẫu tình nhân không chỉ biểu diễn giới hạn trong mối quan hệ nam nữ, mà còn thể hiện rõ rệt ở những người có khuynh hướng lãng mạn, người có niềm yêu thích nghệ thuật, âm nhạc, ẩm thực; họ đều có điểm chung là hướng đến đối tượng yêu thích của mình, với niềm đam mê và sự tận tâm. Ở mặt sáng, Nguyên mẫu này phát triển các tiềm năng ẩn giấu bên trong của chính bạn bằng năng lượng của sự đam mê,

không chỉ vậy, nó còn truyền cảm hứng và giúp bạn kết nối thu hút người xung quanh của bạn. Ở mặt tối, sự khao khát đam mê một cách thái quá, nghiện ngập dẫn đến việc huỷ hoại tinh thần, lòng tự trọng và sự yêu thương, thậm chí là sức khoẻ bản thân. Con đường để đi vào Nguyên mẫu này chính là đam mê đi cùng rèn luyện và sự thông thái, bởi năng lượng của đam mê là nguồn lực nguyên thuỷ vô hướng, cần được kiểm soát và chế ngự để phát triển thăng hoa nhất

Về mặt công việc, đây là một Nguyên mẫu tốt. Trường hợp bạn đang đứng giữa hai sự lựa chọn, thì bạn nên phân tích mọi thứ thật kỹ lưỡng và làm theo lựa chọn mà bạn cho là tốt nhất. Nếu bạn muốn khởi nghiệp, thì có thể bạn sẽ được người yêu hoặc một người bề trên yêu thương bạn giúp đỡ. Nếu bạn muốn bắt đầu một vài dự án mới, hãy cẩn thận đừng để tình cảm làm ảnh hưởng đến những tính toán và quyết định của bạn. Mặt khác, Nguyên mẫu nhắc nhở bạn về những ước mơ, đam mê mà đôi khi bạn bỏ quên trong cuộc sống bộn bề. Chúng vẫn hiện hữu như những vì sao trên bầu trời giữa ban ngày. Đừng đánh mất niềm đam mê của mình.

Về tài chính, bạn có một món tiền được người trên đưa đến. Mặt khác, Nguyên mẫu báo hiệu những công sức bạn đã bỏ ra từ trước đến nay sẽ được đền đáp xứng đáng. Nếu bạn muốn vay mượn, thì nên tìm đến những người có mối quan hệ tốt với bạn, họ sẽ giúp đỡ hoặc tư vấn cho bạn. Không nên cho người khác vay mượn, vì có thể dẫn đến những rạn nứt tình cảm. Nguyên mẫu cũng cảnh báo bạn về việc mất cân bằng tài chính do chi tiêu một cách cảm tính. Ở trường hợp bạn đang suy nghĩ về vấn đề tài chính, vay vốn, thì bạn nên chậm rãi suy tính cẩn thận, Nguyên mẫu lại lần nữa nhắc bạn không nên để tình cảm ảnh hưởng đến quyết định của bản thân.

Về tình yêu, đây là một Nguyên mẫu tốt. Nếu bạn còn độc thân thì đừng ngồi yên chờ đợi mà hãy đi tìm kiếm, vì bạn sắp gặp được một nửa của đời mình. Nếu bạn đã ở trong một mối quan hệ thì đây là thời gian khá quan trọng, có thể bạn sẽ được ra mắt gia đình người yêu. Nếu bạn đang có tranh cãi thì một vài hành động lãng mạn đáng yêu sẽ khiến người ấy nguôi ngoai và hâm nóng tình yêu. Nguyên mẫu cũng dành cho bạn lời khuyên, là việc bày tỏ những cảm xúc, tâm tư sâu kín trong lòng mình sẽ khiến cả hai hiểu rõ nhau hơn. Tình yêu sẽ trở nên thăng hoa. Ở trường hợp khác, nếu vợ chồng bạn đang có trục trặc thì sự chia sẻ cảm thông cho nhau là đều cần thiết. Vợ chồng bạn nên dành cho nhau những khoảng thời gian riêng, không có bộn bề lo toan hay công việc, chỉ có hai người.

Từ khóa: Sự quyến rũ, tình yêu, sự hòa hợp, cảm hứng, vẻ đẹp, tình dục, trí tuệ, thất vọng, hời hợt, thăng hoa, sự bất hòa, thiếu vững chắc, thiếu quả quyết.

7 - NGUYÊN MẪU ANH HÙNG (HERO/HEROINE ARCHETYPE)

"Người không muốn tới đích thì dù có khởi sự tốt cũng uổng công"
- Ngạn ngữ Mỹ

Nguyên mẫu anh hùng luôn liên quan đến những cuộc phiêu lưu và các chiến công. Họ khởi đầu như người bình thường, thông qua hành trình của mình, đối diện với bóng tối bên trong để từ đó phát triển sự hiểu biết và sức mạnh tâm linh chứa đựng tính chất của các vị thần để đương đầu với các ác đang gây ra bất công và nhiễu nhương. Phẩm tính của người anh hùng không bị giới hạn về mặt giới tính, nó tồn tại ở cả nam và nữ lẫn phi nhị nguyên giới. Nguyên mẫu anh hùng phát triển ở nhiều mức, theo những mục tiêu mà nó hướng đến như vị bản thân, vị quốc độ, vị thế giới, vị pháp giới. Ở mặt tối của Nguyên mẫu này, người

anh hùng sa ngã bị nhấn chìm trong sức mạnh của chính mình, trở thành một con quái vật hay bạo chúa, muốn kiểm soát và nô lệ kẻ khác. Con đường của Nguyên mẫu này, không chỉ là chuyến phiêu lưu bên ngoài mà còn là hành trình hướng vào nội tâm, để hợp nhất với thần tính bên trong được thể hiện bằng sự phát triển trí tuệ và tình thương

Về công việc, đây là một Nguyên mẫu tốt. Nếu bạn bắt đầu khởi nghiệp, thì Nguyên mẫu ám chỉ, ban đầu bạn sẽ gặp khó khăn nhưng sẽ được một người ở vị trí cao hơn giúp đỡ bạn, sự giúp đỡ này như một chiếc bánh của cỗ xe và sự nỗ lực của bạn là chiếc bánh còn lại, nếu thiếu một trong hai thì cỗ xe khó có thể tiến lên. Nếu bạn đang làm việc, thì điều quan trọng là đừng để những điều nhỏ nhặt ảnh hưởng đến quyết định của bạn. Có thể bạn sẽ gặp phải một vài kẻ chống đối, hoặc những kẻ gây rối ẩn mình. Đừng để những điều này làm bạn mất tinh thần. Nguyên mẫu khuyên bạn nên chú tâm vào công việc của mình, đừng lãng phí vì họ không phải là người đánh giá công việc của bạn. Thành công là sự trả thù ngọt ngào nhất. Nếu bạn bắt đầu một dự án mới, thì Nguyên mẫu báo hiệu công việc sẽ khá bộn bề, song tất cả vẫn trong tầm kiểm soát của bạn.

Về vấn đề tài chính, đây là một Nguyên mẫu tốt. Những rắc rối tài chính sẽ được giải quyết một cách suôn sẻ. Tuy nhiên, bạn cần kiểm soát và cân bằng nguồn tài chính của bản thân, tránh những việc chi tiêu quá đà. Nếu bạn muốn vay mượn để bắt đầu một công việc kinh doanh riêng thì đây là thời điểm tốt. Nếu bạn bè của bạn ngỏ ý muốn mượn tiền thì bạn nên khống chế số tiền cho mượn ở một mức nào đó, đủ mức mà người kia có khả năng chi trả. Một mặt khác, Nguyên mẫu còn khuyến khích bạn thay vì mua sắm ăn uống thì bạn nên tích lũy để tự thưởng cho bản thân một chuyến du lịch ra nước ngoài hay đi đến những nơi thiên nhiên hoang dã, để cân bằng lại chính bản thân mình trong vòng xoay vô tận của cuộc sống..

Về vấn đề tình yêu, nếu bạn vẫn còn cô đơn thì Nguyên mẫu ám chỉ đến mối quan hệ sẽ nhanh chóng đến với bạn. Nếu bạn mới bắt đầu bước vào mối quan hệ, thì Nguyên mẫu cho thấy bạn đang đi quá nhanh. Trường hợp bạn đang trong mối quan hệ, thì Nguyên mẫu cho thấy sự cố chấp, thiếu cảm thông có thể làm mối quan hệ trở nên khá căng thẳng. Giải pháp cho trường hợp này là bạn nên lùi bước, quyến rũ người yêu bằng những điều lãng mạn. Nếu bạn đã có gia đình, thì Nguyên mẫu này là một hình mẫu tốt. Mọi thứ đang trong tầm kiểm soát của bạn, những khó khăn sẽ qua đi. Tuy nhiên, nếu bạn đã có con, thì Nguyên mẫu còn ám chỉ là đôi lúc bạn quá áp đặt lên con mình, khiến đứa trẻ cảm thấy mệt mỏi, bất an. Bạn nên cân bằng giữa những yêu cầu mà mình đưa ra với thời gian vui chơi của đứa trẻ.

Từ khóa: Kiểm soát, cái tôi, cân bằng, hy vọng, sức khỏe, xung đột, mất kiểm soát, thiếu cân bằng, bảo thủ, phá hoại.

8 - NGUYÊN MẪU LỰC SĨ (ATHLETE ARCHETYPE)

"Sức mạnh không được thể hiện bởi đánh mạnh hay đánh nhiều, mà là đánh trúng" - Balzac

Nguyên mẫu Vận động viên hay Lực sĩ thể hiện quá trình chuyển đổi và biểu hiện sức mạnh tinh thần của con người thành sức mạnh thể chất. Trong các câu chuyện của các nền văn hoá, đều có những chi tiết và giai thoại về những sức mạnh phi thường của con người, hay sự biến đổi từ con người bình thường thông qua thử thách trở thành người có sức mạnh phi thường. Nguyên mẫu vận động viên này tồn tại ở mỗi chúng ta, được thể hiện trong quá trình tinh thần chúng ta kiểm soát sức mạnh cơ thể để phá vỡ từng giới hạn của chính mình.

Một minh chứng rõ rệt của Nguyên mẫu này được thể hiện ở một người nỗ lực vượt qua những giới hạn về khuyết tật của bản thân để làm được điều

mà họ khao khát, khi ấy họ đang sống toàn vẹn với Nguyên mẫu này, trong sức mạnh ý chí của chính mình. Phần tối của Nguyên mẫu này, chính là tinh thần bị sức mạnh chi phối ngược lại, khiến sức mạnh bị sử dụng vào những mục đích làm tổn hại đến người khác như bắt nạt, chi phối, lạm dụng hay những cuộc chiến với sự ích kỷ bản thân. Để kích hoạt hoàn toàn Nguyên mẫu này, chúng ta cần rèn luyện ý chính tinh thần để làm chủ sức mạnh của chính mình.

Về công việc, nếu bạn đang tìm kiếm công việc, thì những gì bạn bỏ ra sắp đến ngày gặt hái. Nếu bạn đang gặp khó khăn, thì đây là lúc bạn phải kiên trì, bởi vì bạn chỉ có thể dựa vào chính bản thân mình. Nếu bạn muốn bắt đầu công việc mới, thì bạn nên xác định rõ giá trị của bản thân mình, hãy yêu cầu một mức lương tương ứng. Nếu công sức cũng như tài năng bạn bỏ ra không được nhìn nhận một cách đúng đắn thì có lẽ bạn nên nghĩ đến việc thay đổi. Nếu bạn bắt đầu một dự án mới, thì bạn nên nhìn nhận vấn đề bạn gặp phải ở nhiều khía cạnh để có được hướng đi đúng đắn.

Về tài chính, đây là cơ hội tốt nếu bạn muốn đầu tư tiền bạc, bạn nên để nguồn tiền của mình được lưu thông, chỉ nên giữ lại một ít. Nếu bạn đang trong giai đoạn khánh kiệt, thì giai đoạn này sẽ qua nhanh. Ở trường hợp khác, Nguyên mẫu cảnh báo bạn không nên vì món lợi trước mắt mà tham lam những nguồn tiền phi pháp, những món đồ không rõ nguồn gốc. Nếu bạn muốn vay mượn hay có ý định cho bạn bè vay mượn, thì đây không phải là thời điểm thích hợp. Nếu bạn muốn vay mượn thì Nguyên mẫu khuyên bạn nên dành thời gian thêm để xem xét về kế hoạch chi dùng nguồn tiền này. Nếu bạn muốn cho bạn bè mượn, thì Nguyên mẫu ám chỉ bạn sẽ gặp rắc rối khi muốn thu hồi lại số tiền này.

Về tình yêu, nếu bạn vẫn chưa có người yêu, thì tình trạng này sẽ còn tiếp tục. Nguyên mẫu khuyên bạn nên thay đổi lối suy nghĩ, đầu tóc, phong cách thời trang, điều này có thể giúp bạn thay đổi tình trạng độc thân. Nếu bạn đang trong một mối quan hệ, thì bạn phải nhớ rằng những điều tốt đẹp không thể nhìn được bằng mắt mà phải dùng tấm lòng để cảm nhận. Đừng để những điều tiếng thị phi ảnh hưởng đến mối quan hệ. Nếu bạn đã có gia đình, thì đây là một tình yêu lớn lao. Nguyên mẫu cho thấy bạn luôn luôn nghĩ đến gia đình, tuy nhiều lúc bạn cảm thấy hơi mệt mỏi trong cuộc sống nhưng gia đình vẫn là nguồn lực động viên bạn.

Từ khóa: Sức mạnh, kiên trì, tình yêu to lớn, tinh thần, tiềm thức, bản năng, thành công, danh dự, nhục nhã, phiền muộn, mất kiểm soát, ham muốn.

9 - NGUYÊN MẪU ẨN SĨ (HERMIT ARCHETYPE)

"Sự kín đáo là thành tố của mọi điều tốt đẹp; thậm chí cả đức hạnh, thậm chí cả cái đẹp cũng bí ẩn" - Thomas Carlyle

Nguyên mẫu ẩn sĩ hay du sĩ mang theo những phẩm tính của sự khôn ngoan, uyên bác, và tinh thần tìm kiếm chân lý. Họ là người nắm giữ cây gậy tri thức, cầm giữ ngọn đèn chân lý soi rọi bóng tối, bạn đồng hành của ẩn sĩ là sự cô độc. Tinh thần của Nguyên mẫu ẩn sĩ chính là từ bỏ đời sống vật chất thế gian, để tìm kiếm và thực nghiệm chân lý tối hậu. Trong các câu chuyện, họ có thể là người thầy, người bạn đường, hay người chiến binh với

quyền năng siêu phàm từ trí tuệ. Mặt tối của Nguyên mẫu này chính là hình ảnh của ẩn sĩ mù, kẻ tìm kiếm chân lý lạc lối, tri thức trở nên độc ác và mù quáng để phục vụ cho điều dữ. Cách để kích hoạt Nguyên mẫu này, chính là không mù quáng tin tưởng, mà cần phải có sự thực chứng chân lý.

Về công việc, Nguyên mẫu nhắc nhở bạn đây là giai đoạn khá nhạy cảm mà bạn cần phải bình tĩnh suy nghĩ để đưa ra những quyết định chính xác. Nếu công việc của bạn đang thuận lợi thì bạn nên chuẩn bị một đường lùi cho mình, vì thời gian sắp tới có thể sẽ có một vài rắc rối xảy ra. Tuy nhiên, khi công việc của bạn đang còn khó khăn thì Nguyên mẫu báo hiệu bạn sắp tiến gần đến thành công. Trường hợp bạn chuẩn bị bắt đầu một công việc, hay dự án mới thì bản thân bạn cần cho mình thêm thời gian để có thể xem xét tính toán hết những khó khăn và thuận lợi trong những bước đi tiếp theo.

Về tài chính, đây không phải là thời điểm thích hợp để đầu tư tiền bạc vào những lĩnh vực mới, hay vay mượn thêm từ bên ngoài. Trường hợp bạn đang phải phụ thuộc tài chính vào người khác, thì bạn cần phải xem xét lại việc chi tiêu của mình bởi vì khoảng thời gian tới người chu cấp cho bạn có thể sẽ xem xét cắt giảm phần nào đó vì cách sử dụng tiền không đúng của bạn. Nếu bạn muốn cho người khác mượn tiền, thì Nguyên mẫu cảnh báo bạn nên xem xét một cách kỹ lưỡng hơn, đồng thời không nên để tình cảm chi phối quyết định của mình.

Về tình yêu, bạn khao khát sự dịu dàng, nhạy cảm, lãng mạn nhưng bạn không hề thể hiện những điều mong muốn ra bên ngoài. Bạn muốn người kia phải đoán biết được ý nghĩ của mình. Và nhiều lúc điều này đẩy bạn vào tình huống dở khóc dở cười. Bạn phải bày tỏ để người kia biết bạn cần gì. Hoặc trong trường hợp ngược lại, thì bạn cần phải tâm lý để đoán biết nhu cầu của người kia. Về tình cảm vợ chồng, đây là thời điểm bạn cần phải hâm nóng lại tình cảm của cả hai, nên dành thời gian cho những lãng mạn ngọt ngào chứ không phải là những nhàm chán lặp lại hằng ngày.

Từ khóa: Sự cẩn trọng, khôn ngoan, đa nghi, sự khai sáng từ bên trong, sự rụt rè, tự cô lập, thận trọng quá mức, điềm báo không rõ ràng.

10 - NGUYÊN MẪU CON BẠC (GAMBLER ARCHETYPE)

"Bánh xe số phận không bao giờ ngừng lại cho đến điểm cao nhất của nó, cũng là điểm nguy hiểm nhất" - Maria Edgeworth

Nguyên mẫu con bạc thường thể hiện qua hình ảnh những người thích sự may rủi, đánh cược; thường được liên tưởng đến những người thích cờ bạc trong các sòng bạc, nhưng biên độ của Nguyên mẫu này rộng lớn hơn và còn được xuất hiện ở những nhà đầu tư, doanh nhân. Sâu xa bên trong, Nguyên mẫu này mang theo năng lượng của sự chinh phục, và nghiện cảm giác khi chiến thắng. Ở mức độ thấp, Nguyên mẫu con bạc

này hoạt động vô thức và bị nhấn chìm trong cơn nghiện, không thể tự chủ. Ở mức độ cao hơn, năng lượng được làm chủ, tâm trí của con người được kích hoạt trở nên nhanh nhạy, quyết đoán và biết suy nghĩ ở tương lai xa hơn. Mặt sáng của Nguyên mẫu này đưa đến sự phát triển những linh cảm và trực giác phi lý nhưng lại mang đến thành công nhất định trong sự quyết đoán. Để có thể hoàn toàn làm chủ được Nguyên mẫu này, cần phải thấy được bản chất cốt lõi của phần tối trong nó là sự nghiện ngập được sinh ra từ cơn đói khát thoả mãn cảm xúc chiến thắng.

Về công việc, đây là một Nguyên mẫu tốt. Nếu bạn đang muốn khởi nghiệp thì số phận đang giúp bạn một tay, mọi nỗ lực cố gắng của bạn đều thuận lợi. Nếu bạn đang làm việc, và có ý định thay đổi công việc thì đây chính là thời điểm. Hoặc là trường hợp bạn đang có việc trục trặc, đừng lo lắng, mọi chuyện sẽ nhanh chóng trôi qua một cách suôn sẻ. Trường hợp bạn bắt đầu dự án mới, thì may mắn đang đứng về phía bạn. Song Nguyên mẫu cũng nhắc nhở bạn, không nên vì quá thuận lợi mà bỏ sót những thứ quan trọng.

Về tài chính, nếu bạn đang trong giai đoạn khánh kiệt, "tiền khô cháy túi", thì bạn đừng nản lòng, vì mọi sự sắp thay đổi theo chiều hướng tốt hơn. Nhưng nếu bạn đang trong giai đoạn tài chính dư dả thì nên cẩn thận một vài rủi ro khiến bạn hao tài tốn của. Nếu bạn muốn vay mượn, thì đây là thời điểm thích hợp cho bạn. Nhưng nếu bạn muốn cho ai đó mượn tiền thì không phải là lúc thích hợp, bởi vì chuyện này sẽ mang đến rắc rối khiến bạn vô cùng khó chịu. Nếu bạn đang chuẩn bị cho sự kiện nào đó thì bạn nên tính toán tiền bạc dư ra một khoản, không nên tính quá vừa đủ vì sẽ có những chi phí phát sinh khiến bạn không kịp huy động tài chính nếu bạn chỉ tính đủ nguồn tiền.

Về tình yêu, nếu bạn vẫn chưa có người yêu thì đây là thời điểm tốt để tìm hiểu và bắt đầu một mối quan hệ mới. Nếu bạn đã có người yêu, thì bạn nên nhớ rằng tình yêu là chuyện của hai người vì vậy bạn đừng để những yếu tố bên ngoài ảnh hưởng khiến tình yêu của bạn bị rạn nứt. Mặt khác, Nguyên mẫu còn khuyên bạn nên thử thay đổi với những chuyện mới mẻ, điều này sẽ giúp tình yêu của bạn trở nên tuyệt vời. Về vợ chồng, thì Nguyên mẫu này cho thấy có nhiều nhân tố bên ngoài tác động theo hai hướng, cả tốt lẫn xấu. Theo chiều hướng xấu, chuyện này sẽ khiến vợ chồng cảm thấy nhàm chán, mệt mỏi, có nhiều tâm sự không bày tỏ được cùng với nhau. Lời khuyên là bạn nên chia sẻ quan tâm hơn đến bạn đời của mình. Tình yêu không là sự hy sinh thầm lặng mà là sự chia sẻ cùng nhau.

Từ khóa: Số phận, may mắn, thành công, phát triển, chuyển đổi, phong phú, thiếu kiên định, xui xẻo, vô dụng, vận mệnh.

11 - NGUYÊN MẪU THẨM PHÁN (JUDGE ARCHETYPE)

"Hãy làm cho sự chính trực chảy xuống như nước, và sự công bình như sông lớn cuồn cuộn" - Kinh Thánh A-Mốt 5:24

Nguyên mẫu người Thẩm phán hay quan toà, người phán xét, người phán xử, kẻ phân chia xuất hiện trong nhiều câu chuyện cổ tích dân gian của các nền văn hoá, đó có thể là một người thông thái đứng ra làm trọng tài cho một cuộc thi của người anh hùng, hay một vị trưởng lão xuất hiện để hoà giải mâu thuẫn của các bộ tộc. Họ mang theo tinh thần chính trực, công bằng, là hiện thân của công lý. Trong văn hoá Do Thái giáo, câu chuyện về vua Solomon xuất hiện không chỉ với truyền thuyết như người nắm giữ giao ước với 72 con quỷ của địa ngục, mà còn là người nổi tiếng với trí tuệ, phán xử công

bằng với lòng bác ái. Nguyên mẫu này được biểu diễn ở những người có khuynh hướng muốn chấm dứt những đau khổ do sự bất hoà, xung đột gây ra. Ở mặt tối của Nguyên mẫu này, nó có khuynh hướng thúc đẩy việc lạm dụng quyền hạn để thao túng, chi phối, gây ra sự xung đột, bất hoà để trục lợi. Con đường phát triển của Nguyên mẫu này chính là sự phát triển trí tuệ để thấu hiểu được hành động, tránh lạc lối. Chấp nhận sự phán xét và hiểu nhầm là một phần của sự phát triển sức mạnh tinh thần, để vượt qua sự đau khổ không như ý và khơi dậy sự tha thứ của chính mình.

Về công việc, nếu bạn đang muốn xin việc, hay khởi nghiệp thì bạn nên đi bằng chính thực lực của mình. Mặt khác, bạn nên chú ý đến giấy tờ, hồ sơ của mình. Nếu bạn đang có công việc, thì bạn nên lưu ý đến những giấy tờ liên quan đến mặt pháp lý, trường hợp ký kết hợp đồng bạn cần phải cẩn thận suy xét kỹ lưỡng trước khi đặt bút ký. Nếu bạn đang chuẩn bị cho dự án mới, thì bạn nên lưu ý các vấn đề liên quan đến mặt pháp lý.

Về tài chính, đây là một Nguyên mẫu tốt. Những công sức bạn bỏ ra sẽ được đền đáp một cách xứng đáng. Nếu bạn có liên quan đến những chuyện tiền bạc không hợp pháp thì bạn sẽ có rắc rối về mặt pháp lý. Trường hợp bạn muốn vay mượn thì đây là thời điểm tốt, tuy nhiên bạn cần xem xét kỹ về mặt điều kiện, lãi suất. Nếu bạn muốn cho người khác vay mượn, thì bạn nên cân nhắc nguồn tiền của mình trước khi quyết định. Theo một số quan niệm khác, Nguyên mẫu còn ám chỉ đến một món tiền bất ngờ có thể đến với bạn, có thể từ việc kế thừa tài sản, được người trên đưa xuống.

Về tình yêu, nếu bạn vẫn còn là người độc thân thì đây là thời điểm thuận lợi để bạn suy xét cho việc tìm kiếm một tình yêu. Trong trường hợp đã có một mối quan hệ bền vững, thì đây lại là thời điểm tốt để bạn tính toán để chuyện hôn nhân. Ở khía cạnh vợ chồng, thì Nguyên mẫu dành cho bạn lời khuyên là bạn nên cân bằng giữa công việc và gia đình. Nếu chuyện tình cảm của bạn đang gặp tranh cãi mâu thuẫn thì bạn nên bình tĩnh để giải quyết gốc rễ vấn đề, sự nóng giận có thể khiến sự việc đi xa hơn. Việc tranh thắng thua giữa bạn và người đó là vô ích, vì ai thắng thì tình cảm đều bị tổn thương.

Từ khóa: Công bằng, lý trí, sự cân bằng, hòa giải, dàn xếp, trì hoãn, kiện tụng, hầu tòa, hôn nhân, mất cân bằng, thiếu dứt khoát.

12 - NGUYÊN MẪU KẺ TỬ ĐẠO (MARTYR ARCHETYPE)

"Có những thứ chưa chắc đã đúng, ngay cả khi có người hiến sinh vì nó" - Oscar Wilde

Nguyên mẫu người tử đạo, kẻ cuồng tín, thông qua sự hi sinh của bản thân, hành động để bảo vệ niềm tin, và thúc đẩy sự thức tỉnh của người khác qua hành động ấy. Hình ảnh của người tử đạo thường được liên kết với các vị thánh với dũng khí hi sinh vì chính nghĩa, ngay cả khi phải từ bỏ chính sinh mạng của bản thân. Quan trọng hơn hết, sự hi sinh của vị thánh ấy khác với cái chết thông thường, chính là nguồn năng lượng tâm linh nó lan

truyền đến cho những người còn lại, kích hoạt dũng khí của họ, biến họ trở thành những anh hùng vô danh để đương đầu với cái ác. Ở mặt tối, sự hi sinh được sử dụng như công cụ để thu hút sự chú ý và kính ngưỡng từ xã hội để nhằm phục vụ cho bản ngã cá nhân một cách vi tế. Để kích hoạt Nguyên mẫu này, cần niềm tin và tình yêu hướng đến những điều tốt đẹp vì con người, sau đó là thực chứng niềm tin ấy bằng trí tuệ tâm linh.

Về công việc, nếu bạn vẫn trong thời gian tìm việc hay muốn khởi nghiệp, thì Nguyên mẫu khuyên bạn nên bình tĩnh, bởi bạn cần thêm thời gian để suy xét con đường mình đi cũng như trau dồi thêm một số kỹ năng cần thiết. Nếu bạn đã có công việc, thì mọi thứ lúc này không có gì thay đổi lớn. Trường hợp bạn muốn thay đổi công việc, thì bạn cần thời gian để cân nhắc trước sự chuyển đổi này. Còn như bạn đang bắt đầu dự án mới thì trong lúc thu nhận thông tin, bạn cần phải kiên nhẫn để chọn lọc, để tìm ra được thông tin giúp bạn ra quyết định phù hợp.

Về tài chính, đây là một Nguyên mẫu của sự nhận thức, bạn nên hiểu rằng bản thân phải là chủ nhân của tiền bạc, chứ không phải là kẻ bị chúng điều khiển. Nếu bạn tự nhấn mình chìm dưới cơn lũ tiền bạc này thì chính bạn đang hủy hoại bạn. Chữ "tiền" đi liền chữ "bạc", ví như bạn quá quan trọng tiền bạc thì phần nhiều những kẻ đến với bạn cũng vì chữ "tiền", mà khi tiền hết thì lập tức trở mặt bạc tình. Nếu bạn là một người chưa có nhiều tiền trong tay, thì bạn nên cân đối nguồn tiền để chi tiêu tiết kiệm. Tiết kiệm không phải là hà tiện. Hơn nữa, tiền là thứ cần thiết nhưng để sống với nhau cần một chữ tình, bạn đừng vì lợi ích trước mắt mà đánh mất tình cảm những người khác dành cho bạn. Nếu bạn là một người giàu có, bạn nên để nguồn tiền của mình được lưu động, việc tài trợ cho các chương trình từ thiện, hoặc các tổ chức yêu động vật sẽ mang lại cho bạn nhiều điều tốt.

Về tình yêu, nếu bạn chưa có người yêu thì bạn không nên làm bản thân cảm thấy nặng nề, mà bạn nên chăm chút cho bản thân cả bên ngoài lẫn bên trong, vào thời điểm thích hợp sẽ có người thích hợp đi ngang qua đời bạn. Nếu bạn đã có người yêu, Nguyên mẫu khuyên bạn nên buông bỏ những cảm xúc vụn vặt, những suy tưởng xa vời, để nhẹ lòng. Đồng thời, bạn cũng nên thường xuyên tâm sự, nói chuyện với người yêu mình để mối liên kết giữa cả hai trở nên khăng khít hơn. Về vợ chồng, bạn nên cùng người bạn đời của mình thu xếp để gác lại những bộn bề của cuộc sống, để cả hai đưa nhau ra quán café, cùng nghe lại một bản nhạc quen thời yêu nhau, cùng ăn ở những hàng quán quen đầy ắp kỷ niệm của cả hai. Chỉ chừng đó thôi đã có thể giúp bạn lấy lại tinh thần để bước vào lại cuộc sống đầy lo toan.

Từ khóa: Tri thức, hy sinh, hiến dâng, trực giác, tiên tri, tự thân, ích kỷ, bè phái, trì hoãn, tổn thất.

13 - NGUYÊN MẪU TỬ NỮ (MERMAID ARCHETYPE)

"Trong khi tôi nghĩ là tôi học về sự sống, thực ra là tôi đang học về cái chết" - Leonardo da Vinci

Nguyên mẫu người phụ nữ chết thường được biểu hiện qua các hình ảnh của mỹ nhân ngư (mermaid), goá phụ đen (black widow), yêu nữ chết người (femme fatale), ngư nữ, đại diện cho cám dỗ của cái chết. Nguyên mẫu này có liên quan đến Nguyên mẫu kẻ quyến rũ, nhưng mang theo năng lượng nguyên thuỷ và hoang dã hơn. Những cuộc chinh phục của Nguyên mẫu này thường mang tính chất êm dịu nhưng đầy mê hoặc, khiến cho

người bị quyến rũ bị đánh mất linh hồn. Nguyên mẫu này thành thục nghệ thuật quyến rũ, là bậc thầy của tâm trí, và luôn có mục đích hướng đến quyền lực và danh vọng. Mặt tối của Nguyên mẫu này chính là một kẻ thành thạo nhưng lại là nô lệ cho chính dục vọng của chính mình, lạc mất linh hồn của chính mình. Khía cạnh tích cực của Nguyên mẫu này, chính là sự biến đổi tự thân, từ bỏ bùa mê và ma thuật nguyên thuỷ để đến với sức mạnh to lớn hơn của yêu thương thông qua việc mở rộng trái tim, từ đó tìm thấy được linh hồn của chính mình.

Về công việc, nếu bạn vẫn đang còn tìm kiếm công việc phù hợp cho bản thân, thì Nguyên mẫu ám chỉ đến sự thay đổi, có thể vì áp lực kinh tế nên bạn phải chấp nhận một công việc nào đó mà bạn không hề mong muốn. Nếu bạn đang có một công việc ổn định nhưng bạn lại không nhìn thấy được sự thăng tiến của mình, thì đây là thời điểm thích hợp để bạn bắt đầu tìm kiếm sự thay đổi cho công việc của mình. Nếu bạn muốn bắt đầu dự án mới thì bạn nên lập kế hoạch để phòng những thay đổi mà bản thân không thể kiểm soát được.

Về tài chính, nếu bạn đang trong tình trạng khánh kiệt, thì việc này sẽ nhanh chóng có sự chuyển biến theo chiều hướng tốt. Nếu nguồn tài chính của bạn đang dồi dào, thì Nguyên mẫu ám chỉ bạn cần có sự chuẩn bị cũng như chấp nhận hy sinh để đối phó với những thay đổi về mặt tài chính sắp tới. Tuy nhiên, bạn cũng nên xin sự tư vấn của những người có chuyên môn, cũng như nhờ vả những người có nguồn tài chính hùng hậu. Một số chuyển đổi không mong muốn là bất khả kháng, quan trọng là cách bạn quyết định và đối mặt với nó. Nếu bạn đang muốn vay mượn hoặc muốn cho ai đó vay mượn thì bây giờ vẫn chưa phải là thời điểm thích hợp.

Về tình yêu, nếu bạn vẫn còn độc thân, thì đây là thời gian để bạn thay đổi và chăm chút cho bản thân, đồng thời đây cũng có thể là thời gian mà người ấy của bạn xuất hiện. Nếu bạn có một mối quan hệ đã từng hạnh phúc, song bây giờ lại nằm trong trạng thái thiếu quan tâm, chán nản, trì trệ nhưng bạn không biết cách nên làm như thế nào, cứ muốn giữ lấy những kỷ niệm đẹp của ngày hôm qua, thì đây là thời điểm để thay đổi tình trạng đó. Bạn nên suy nghĩ về nguyên nhân gốc rễ của vấn đề này. Đồng thời, bạn cần phải trao đổi thẳng thắn với người yêu mình, để cả hai cùng quyết định cho mối quan hệ này, bởi vì tình yêu không phải là chuyện của một người. Về vợ chồng, sự bình đẳng trong mối quan hệ gia đình là một điều tốt, nhưng để cái tôi mình lên quá cao có thể phá vỡ hạnh phúc gia đình. Bởi vì khi có gia đình, bạn không chỉ sống cho bản thân mình mà còn sống vì những người khác. Một mặt khác, nếu bạn mắc lỗi lầm thì nên tìm thời điểm thích hợp để nói ra, bởi không sớm thì muộn người bạn của bạn cũng biết được những chuyện sai lầm này. Hãy khéo léo và tinh tế. Bạn cũng chỉ là con người với xương máu thịt da, bạn cũng có thể mắc lỗi. Nhưng bạn cũng có thể tìm cách để sửa chữa lỗi lầm đó, bằng tình yêu.

Từ khóa: Kết thúc, thay đổi, phá hủy, chuyển đổi bất ngờ, thấu hiểu bản thân, niềm tin, yên ngủ, cố chấp, thất vọng.

14 - NGUYÊN MẪU SONG SINH (TWIN ARCHETYPE)

"Điều độ là sự gìn giữ những thứ tốt và đáng giá trong một đống rác rưởi tanh hôi" - Frances E. Willard

Nguyên mẫu cặp sinh đôi gợi lên những nguồn lực đối lập nhau nhưng lại có sự liên kết mật thiết với nhau, như ánh sáng và bóng tối, sống và chết, trật tự và hỗn loạn. Nên chính vì thế, cốt lõi trong Nguyên mẫu sinh đôi chính là sự cân bằng giữa các nguồn lực tinh thần, đây chính là trật tự hoàn hảo của tự nhiên và tâm hồn con người. Mặt tối của Nguyên mẫu này chính là sự mất cân bằng, thí dụ như sự rút lui của ánh sáng và bóng tối trỗi dậy, từ đó cái ác

cùng theo đó trỗi dậy, và gây đau khổ cho con người. Nhưng đây cũng chính là khởi đầu cho một trật tự cân bằng mới sẽ được thiết lập lại bởi ánh sáng tiềm ẩn. Sự vận động chuyển đổi này chính là quy luật của toàn thể vũ trụ phóng chiếu lên vũ trụ tâm thức của con người.

Về công việc, Nguyên mẫu ám chỉ bạn đang gặp một sự thử thách lớn, và điều bạn cần làm lúc này là bình tĩnh để suy xét đồng thời kiểm soát mọi thứ để đối phó những rắc rối bất khả kháng. Trong công việc, bạn đặt ra mục tiêu quá cao nhưng bạn chưa sẵn sàng hoặc điều kiện chưa cho phép, bạn nên đặt ra những mục tiêu phù hợp với khả năng của mình thay vì chạy theo những điều quá xa vời. Trong trường hợp bạn muốn khởi nghiệp hay muốn xin việc, thì thường mọi thứ sẽ có gian nan trắc trở, nhưng Nguyên mẫu khuyên bạn nên kiên trì, cố gắng, bởi những điều bạn đưa ra sẽ được đền đáp xứng đáng.

Về tài chính, Nguyên mẫu nhắc nhở bạn về việc cân bằng nguồn tài chính của mình, nên suy xét kỹ lưỡng trước khi quyết định chi tiêu hay đầu tư vào một lĩnh vực mới. Nếu bạn đang cân nhắc có nên đề xuất tăng lương hay không thì đây là thời điểm tốt, những công sức bạn đã bỏ ra sẽ được nhìn nhận đánh giá. Bạn nên mạnh dạn đề xuất mức lương xứng đáng với giá trị của bản thân. Tuy nhiên, đây không phải là thời điểm tốt để bạn vay mượn, hoặc để cho người khác vay mượn. Bởi vì bạn có thể bị thâm hụt nguồn tài chính của mình, cũng như khó thu hồi món tiền đã cho người khác vay.

Về tình yêu, nếu bạn vẫn chưa có người yêu, thì bạn không nên bắt đầu mối quan hệ với một người bạn không thật sự yêu thương, chỉ vì bạn sợ cô đơn. Nếu bạn đã có người yêu, Nguyên mẫu khuyên bạn nên cân bằng giữa tình cảm và đời sống, tránh để việc tình cảm làm ảnh hưởng không tốt đến học hành, công việc. Nếu bạn đã có gia đình thì điều bạn cần là sự dũng cảm và bao dung: dũng cảm để có thể bày tỏ những lỗi lầm của mình, bao dung là để tha thứ cho bản thân cũng như để tha thứ cho những lỗi lầm của người bạn đời. Cuộc đời ai cũng phải có đôi lần mắc lỗi, vì vậy bạn phải cân nhắc giữa những lỗi lầm và người mình yêu, điều nào quan trọng hơn, để có thể buông bỏ, để có thể bao dung một cách đầy yêu thương.

Từ khóa: Thích nghi, cân bằng, tiết chế, kiểm soát, suy xét, lối thoát, mất cân bằng, thiếu suy xét, hấp tấp, vội vàng, mất kiểm soát. Những sự việc liên quan đến tôn giáo, tâm linh, tư tưởng.

15 - NGUYÊN MẪU QUỶ DỮ (DEVIL ARCHETYPE)

"Cái ác ghê gớm nhất đều bắt nguồn từ chính bên trong chúng ta" - Jean Jacques Rousseau

Nguyên mẫu quỷ dữ, quỷ sứ, hay ma cà rồng thường được biết đến với việc hút máu và cám dỗ người khác, nhưng sâu xa bản chất bên trong của Nguyên mẫu này chính là sự ràng buộc bởi tham vọng mù quáng. Đó là tham vọng mù quáng về sự bất tử, hay cám dỗ của dục vọng được ẩn dụ qua hình ảnh máu tươi. Mặt khác, Nguyên mẫu quỷ sứ tạo ra những kẻ nô lệ mù quáng đi theo. Xa hơn, Nguyên mẫu quỷ sứ như là sự tượng

trưng cho hình ảnh ma quỷ trong các câu chuyện cổ tích, luôn thôi thúc con người cuốn vào vòng xoáy của dục vọng mù quáng. Đối diện với Nguyên mẫu này, chính bản thân bạn cần thắp lên ánh sáng của đam mê, tình yêu và trí tuệ để thấy rõ được sự thật. Chỉ khi đó, bạn mới có thể chiến thắng bóng tối bên trong.

Về công việc, nếu đang muốn xin việc, hay khởi nghiệp thì bạn cần chắc chắn rõ ràng mục đích cũng như cách thức mình sẽ thực hiện. Sự cố chấp mù quáng chạy theo lợi ích trước mắt có thể dẫn bạn đến những sự chán nản, phiền muộn về sau. Nếu bạn đang làm một công việc, nhưng bạn hoàn toàn không nhìn thấy gì ở tương lai, thì bạn nên suy xét đến việc thay đổi. Có thể, bạn nghĩ sẽ có nhiều thứ giữ cho mình mắc kẹt vào công việc này, nhưng bạn phải nhớ là mình không bị thứ gì giữ chân, trừ phi bản thân bạn cho phép điều đó xảy ra. Nếu bạn đang có một dự án lớn, bạn nên âm thầm chuẩn bị cho nó, để tránh những rắc rối không đáng có.

Về tài chính, tiền bạc là cần thiết nhưng bạn không thể vì tiền mà bất chấp mọi thứ, như đạo đức, pháp luật, bởi vì sớm muộn những đồng tiền không được làm từ công sức của chính bạn cũng không thể giữ được. Trong công việc, điều cốt lõi vẫn là công sức, trí tuệ mà bạn đặt vào đó, nhưng chiêu trò hoa mỹ sớm muộn cũng bị vạch trần. Nguyên mẫu còn ám chỉ đến những rắc rối về mặt tài chính khiến bạn cảm thấy cực kỳ khó chịu. Bạn cần phải giữ bình tĩnh để ứng phó, đồng thời thứ gì nên dứt bỏ thì cứ bỏ. Nếu bạn muốn vay mượn thì đừng ngần ngại. Tuy vậy, bạn cần giữ đúng cam kết mình đưa ra.

Về tình yêu, nếu bạn vẫn tìm kiếm một tình yêu

đích thực thì bạn nên thận trọng với những thứ gần giống như tình yêu. Nó có thể cuốn bạn vào những ngày tháng đau khổ, buồn chán. Nếu bạn đang yêu thì trong tình yêu, chuyện kinh tế, tình cảm cần phải được cân bằng. Yêu bằng lý trí thì hai người mệt mỏi và tổn thương. Không chỉ vậy, còn cần phải có sự cảm thông. Những toan tính, vụ lợi, ham muốn huyễn hoặc đều là những liều thuốc độc giết chết tình yêu. Về chuyện vợ chồng, Nguyên mẫu nhắc nhở bạn rằng trong cuộc sống chung thì mỗi người đều có có một khoảng trời riêng trong tim, chỉ khi chúng ta tôn trọng điều đó thì mọi thứ sẽ tốt đẹp. Hơn nữa, khi kết hôn thì khác với khi yêu, những thói xấu cũng được bộc lộ ra, và bạn nên nhớ, yêu một người là yêu người đó một cách toàn vẹn, kể cả mặt sáng lẫn phần tối. Nguyên mẫu The Devil, theo một số quan niệm khác, còn ám chỉ tình yêu với nhiều cung bậc như: đau khổ, bi lụy, nặng về nhu cầu sinh lý.

Từ khóa: Mù quáng, tham vọng, mãnh liệt, bạo lực, phá vỡ quy tắc, sự bất mãn, xem trọng vật chất, nhỏ nhen, rắc rối báo trước.

16 - NGUYÊN MẪU KẺ HUỶ DIỆT (DETROYER ARCHETYPE)

"Thất bại là sự trì hoãn, nhưng không phải thua cuộc. Đó là đoạn quanh co tạm thời, không phải ngõ cụt." - William Arthur Ward

Nguyên mẫu kẻ huỷ diệt liên quan đến Nguyên mẫu về cái chết và tái sinh trong những câu chuyện thần thoại của nhiều văn hoá. Kẻ huỷ diệt được đề cập đến với nhiều hình ảnh khác nhau như trận Đại hồng thuỷ, hay bốn kị sĩ Khải huyền, hoặc thần Shiva trong văn hoá Ấn Độ. Ở mặt sáng, sự huỷ diệt những cái cũ, những trật tự cũ đã mục nát để đưa đến những cái mới, trật tự mới. Sự giải phóng cảm xúc thật sự, và cái chết của những  chiếc mặt nạ tâm thức và cái tôi của ngày cũ cũng là hình ảnh tượng trưng của kẻ huỷ diệt. Ở mặt tối, sự huỷ diệt mang lại bóng tối và sự hỗn loạn, nhấn chìm con người trong cơn nghiện huỷ hoại đau khổ, năng lượng của nó phá huỷ các mối quan hệ xung quanh, làm vụn vỡ những giấc mơ của bản thân và người khác. Sự huỷ diệt là một nguồn sức mạnh tinh thần, tương sự sự tái sinh và để đối diện với nó cần có trí tuệ và sự yêu thương.

Về công việc, đây không phải là Nguyên mẫu tốt. Nếu bạn đang muốn khởi nghiệp thì bạn nên cẩn thận vì những trục trặc, rắc rối có thể xảy ra mà bạn không lường trước được. Nếu đang làm việc, thì đây là khoảng thời gian bản thân bạn cần giữ bình tĩnh trước tất cả mọi chuyện. Bởi vì hấp tấp, vội vàng, nóng giận sẽ khiến tình hình của bạn trở nên tồi tệ hơn. Trường hợp bạn muốn bắt đầu một dự án hay công việc mới, thì đây không phải là thời điểm thích hợp, kế hoạch của bạn có thể bị trì hoãn hoặc xấu nhất là bị thất bại do những nhân tố bên ngoài mà bạn không thể kiểm soát được.

Về tài chính, đây sẽ là khoảng thời gian khó khăn đối với bạn. Nếu bạn đang túng thiếu thì trong thời gian tới sẽ có một vài thay đổi theo chiều hướng xấu đi. Bạn nên có sự chuẩn bị trước. Nếu nguồn tài chính của bạn đang dư giả thì bạn nên cân nhắc với những sự thay đổi lớn như là đầu tư vào một lĩnh vực mới, đồng thời có kế hoạch đối phó với những tình huống xấu có thể xảy ra. Bởi vì đây là một Nguyên mẫu đại diện cho sự phá hủy khi mà cái cũ đã đạt ngưỡng cao nhất, để cái mới có thể bắt đầu. Nếu bạn đang trong đỉnh cao của sự nghiệp cũng như tiền bạc thì Nguyên mẫu cảnh báo bạn cần tính toán một đường lùi, hoặc chuẩn bị tinh thần cho việc thành tựu cũ sẽ bị phá hủy triệt để, bởi vì cái cũ đang dần trở thành nhà tù để mài mòn con người bạn. Trường hợp bạn muốn vay mượn, hoặc cho người khác vay mượn thì đây không phải thời điểm thích hợp, Nguyên mẫu nhắc nhở bạn nên cân nhắc đến các tình huống rắc rối có thể xảy ra trước khi đưa ra quyết định cuối cùng.

Về tình yêu, nếu bạn vẫn chưa có người yêu, Nguyên mẫu nhắc nhở bạn cần phải có sự thay đổi bản thân mình một cách triệt để, từ ngoại hình cho đến cách trò chuyện, lẫn sự tư duy. Việc chấp nhận hủy diệt cái cũ để cho cái mới phát sinh là cần thiết. Nếu bạn đang trong một mối quan hệ thì đây không phải là Nguyên mẫu thuận lợi. Trường hợp thứ nhất, một cuộc tranh cãi lớn sẽ xảy ra, tuy nhiên, vì tình yêu vẫn còn nên bạn và người kia có thể trút với những tâm sự khiến mối quan hệ nặng nề. Chuyện tình cảm của bạn bước qua một giai đoạn mới. Trường hợp thứ hai, vẫn là cuộc tranh cãi đó, nhưng vì đã cạn tình nên hai bạn chỉ làm tổn thương nhau đồng thời khiến mối quan hệ gãy đổ. Vì vậy, nếu đã hết yêu thương, bạn nên can đảm đối mặt với nó, đồng thời tránh những lời lẽ nặng nề xúc phạm lẫn nhau. Về vợ chồng, Nguyên mẫu là lời nhắc nhở bạn rằng tình cảm gia đình là sự chia sẻ cảm thông cũng như bao dung. Đừng cắn răng hy sinh, bởi vì bạn sẽ tự tạo áp lực cho chính bản thân mình, hoặc ngược lại.

Từ khóa: Sụp đổ, tranh cãi, nguy cơ, đau khổ, thiên tai, hủy hoại, lừa dối, bất đồng tiềm tàng, dũng cảm, thay đổi triệt để.

17 - NGUYÊN MẪU THẦN Y (HEALER ARCHETYPE)

"Hãy hiểu điều mình muốn làm, giữ vững ý nghĩ đó trong đầu, và hằng ngày hãy làm điều cần làm, và mỗi hoàng hôn, bạn sẽ thấy mình tới gần mục tiêu hơn" - Elbert Hubbard

Nguyên mẫu thần y, thầy lang, hay người chữa lành xuất hiện ở những người chịu tổn thương về tinh thần, và chỉ khi trải qua các vết thương ấy thì năng lực Nguyên mẫu này mới xuất hiện. Nó tập trung vào năng lực tinh thần đưa đến cho người chịu tổn thương hy vọng, như ánh sao dẫn lối ra khỏi khu rừng thăm thẳm. Từ đó, năng lượng Nguyên mẫu này thúc đẩy người chịu tổn thương đối diện với vấn đề, chấp nhận và vượt qua nó. Mặt khác, từ trải

nghiệm tổn thương sâu sắc của bản thân, khả năng thấu cảm và chia sẻ cảm xúc với những người chịu tổn thương tương tự cũng được phát triển mạnh mẽ. Khi ấy, người mang Nguyên mẫu này sẽ có thể truyền lại năng lượng lạc quan, hy vọng cho người khác. Mặt tối của Nguyên mẫu này chính là trong quá trình tự chữa lành cho tự thân, tinh thần có thể bị nhấn chìm trong đại dương đau khổ. Và quá trình bước ra mặt tối ấy cần tinh thần và môi trường chữa lành để thúc đẩy tự thân.

Về công việc, nếu bạn đang muốn khởi nghiệp hoặc bắt đầu công việc, bạn không nên nản chí khi gặp những khó khăn ban đầu. Công sức bạn bỏ ra sẽ được đền bù xứng đáng. Đôi khi, bạn sẽ gặp sự giúp đỡ một cách bất ngờ. Trường hợp bạn cảm thấy chán nản với công việc hiện tại, thì đây là thời điểm sẽ xuất hiện những cơ hội mới. Và bạn nên chuẩn bị một cách thật kỹ lưỡng để nắm lấy cơ hội. Sự phân vân, đắn đo thiếu dứt khoát là sẽ khiến bạn bỏ lỡ cơ hội lớn trong đời mình. Nếu bạn đang bắt đầu một dự án mới thì ban đầu có thể gặp phải những chuyện không như ý, song điều quan trọng là bạn phải giữ vững tinh thần vì những điều này sẽ nhanh chóng qua đi.

Về tài chính, đây là một Nguyên mẫu tốt. Nếu bạn đang trong giai đoạn khốn khó thì Nguyên mẫu báo hiệu về những cơ hội sẽ được đưa đến cho bạn. Lời khuyên dành cho bạn là nên giữ bình tĩnh để có thể nắm lấy cơ hội này, vì chỉ cần đôi chút sơ suất, bạn cũng có thể để nó vuột khỏi tầm tay mình. Ở khía cạnh khác, Nguyên mẫu báo hiệu về thời điểm thuận lợi cho việc đầu tư, mở rộng làm ăn. Tuy nhiên, bạn cần phải có khả năng kiểm soát nguồn tài chính một cách khéo léo, để tránh việc mở rộng khiến khả năng tài chính của bạn bị mất cân bằng. Đây cũng là thời điểm tốt cho việc bắt đầu những dự án mới, hoặc ký kết hợp đồng.

Về tình yêu, đây là thời điểm tuyệt vời để bạn bắt đầu một mối quan hệ mới, tất nhiên là trong trường hợp bạn vẫn đi về lẻ bóng. Nếu bạn có khó khăn trong tình cảm thì Nguyên mẫu khuyên bạn nên thật thẳng thắn với người yêu của mình. Để mọi thứ tự do như nước chảy từ cao xuống thấp, bạn và người yêu của bạn phải thành thật với tình cảm của cả hai để đối diện với khó khăn của hai bạn, vì tình yêu là sự va chạm giữa hai con người riêng biệt để rồi dung hợp lại trở thành một phần toàn vẹn. Về chuyện vợ chồng, những nốt trầm buồn chán trong chuyện tình cảm là không thể tránh khỏi, bởi vì hôn nhân là một lãnh địa khác của tình yêu. Mà nguyên nhân chính là áp lực cuộc sống, áp lực gia đình khiến cho tình cảm của hai bạn dành cho nhau trở nên xơ cứng, nhàm chán, đối mặt với nhau với những lời lẽ đầy mùi cơm áo gạo tiền. Nguyên mẫu gửi đến bạn lời khuyên là thỉnh thoảng cả hai nên làm mới lại tình yêu của mình, khiến mọi chuyện trở nên nồng cháy với những hành động lãng mạn, hoặc những cử chỉ chăm sóc lẫn nhau như thời trẻ dại mới biết yêu lần đầu.

Từ khóa: Hy vọng, sự thấu hiểu, nỗ lực, triển vọng, sự mơ mộng, sự thất vọng, mất mát, kiêu ngạo, bất lực.

17 - NGUYÊN MẪU KẺ LỪA BỊP (TRICKSTER ARCHETYPE)

"Tự lừa gạt bản thân sẽ dẫn tới tự hủy diệt bản thân" - Aesop

Nguyên mẫu kẻ lừa gạt, kẻ bịp bợm, kẻ lừa bịp, xuất hiện rất sớm trong các câu chuyện thần thoại, như hình ảnh của các vị thần lừa gạt như Loki. Kẻ lừa gạt mang theo sự huyễn hoặc, khiến cho người khác ảo tưởng, và khéo léo che dấu. Nhưng dường như các dân tộc cổ xưa đều có những câu chuyện liên quan đến Nguyên mẫu kẻ lừa gạt, như lừa gạt vua quan, thậm chí lừa gạt cái chết hay các vị thần khác. Nguyên mẫu này dường như là một tính chất cơ bản của tâm trí con người. Ở mặt tối, Nguyên mẫu kẻ lừa gạt gây ra sự phá hoại và hỗn loạn, tạo ra sự bất hoà. Nhưng ở mặt khác, Nguyên mẫu này chính là tấm màng che trước chân lý bên trong, chỉ có ai dám nhìn thẳng

vào sự lường gạt của tâm trí, xuyên qua ảo tưởng đáng sợ mà nó dựng lên thì mới có thể đối mặt với chân lý.

Về công việc, đây không phải là một Nguyên mẫu tốt. Trường hợp bạn đang chuẩn bị tìm việc vào đời, thì bạn cần phải xác định rõ mong muốn và năng lực của bản thân. Sự ảo tưởng huyễn hoặc về chính mình có thể khiến bạn gặp phải những thất vọng sâu sắc. Trường hợp bạn đang làm việc, nếu công việc có trục trặc với sếp hay đồng nghiệp thì đây là lúc bạn cần phải bình tĩnh. Tránh xung đột lúc nóng giận, cần phải nhẹ nhàng trao đổi tích cực để thấu hiểu nhau hơn. Nếu công việc bạn đang ổn định, bạn nên có sự chuẩn bị tinh thần trước những trục trặc mà bạn sắp phải đối mặt. Trường hợp bạn chuẩn bị bắt tay vào một công việc mới, hãy cẩn thận. Bởi vì Nguyên mẫu ám chỉ đến những điều ẩn giấu mà bản thân bạn chưa nhìn rõ, hoặc bị "che mắt". Có đôi lúc, Nguyên mẫu này ám chỉ đến "ranh giới của một sự thay đổi quan trọng", bạn cần phải giữ tâm trí thật bình tĩnh, bởi vì sự thay đổi này vẫn còn tùy thuộc cách chúng ta ứng phó mà đưa lại kết quả tốt hay xấu.

Về tài chính, khác với các Nguyên mẫu như The Devil, The Tower, Nguyên mẫu này ám chỉ sự việc đến chầm chậm từ từ, nhưng khi ta kịp nhận ra thì nước đã ngập lút cổ, không thể trốn thoát. Nếu bạn đang phụ thuộc tài chính vào gia đình và đang mong muốn có thêm tiền từ nguồn này thì bạn sẽ bị thất vọng khá nhiều. Gia đình không phải là túi tiền không đáy, vì vậy bạn hãy đối diện với những ảo tưởng rằng mọi thứ đều phải đúng ý mình. Lời khuyên dành cho bạn là hãy can đảm bước đi bằng chính sức mình để kiếm tiền. Trưởng thành là để người khác bớt lo lắng cho bạn. Nếu bạn vẫn còn chưa đủ tuổi trưởng thành thì nên tập cách sử dụng tiền một cách hợp lý từ bây giờ. Trường hợp bạn đang có dự định kinh doanh, hoặc phát triển công việc, thì đây không phải là khoảng thời gian thích hợp. Không nên vay mượn hoặc cho người khác vay mượn trong khoảng thời gian này. Và khi đưa ra quyết định, bạn cần phải nhìn vào thực tế ở nhiều góc nhìn khác nhau, hạn chế đừng để người khác tác động lên mình.

Về tình yêu, đây là thời điểm nhạy cảm. Nếu bạn muốn bước vào một mối quan hệ, hãy cân nhắc và để trái tim dẫn lối. Đừng vì cô đơn mà yêu sai người, đừng vì thương hại mà khuyến mại tình yêu. Tình yêu chỉ có một, nhưng những thứ tương tự nó thì quá nhiều. Đừng huyễn hoặc mình, bởi tình yêu không phải là chuyện một người. Hãy bình tĩnh, giữ cho lòng không bị khuấy đục, khi đó bạn có thể soi vào nơi đáy lòng để nhìn xem người ấy có phải thực sự là một nửa của bạn, hay chỉ là một ánh trăng ngà nơi đáy nước, rất thực mà hóa ra hư ảo. Đừng vội vàng để bắt đầu hay kết thúc một mối quan hệ. Về vấn đề vợ chồng, việc hy vọng quá nhiều trong tâm tưởng sẽ dẫn đến sự thất vọng não nề trong thực tại. Quan trọng là bạn biết cách tự cân bằng lại bản thân của mình, thì giai đoạn này sẽ qua rất nhanh. Ở khía cạnh khác, phải nhắc lại với bạn lần nữa, đây là thời điểm khá nhạy cảm, bất cứ hành động nào cũng có thể khiến bạn rơi vào tình trạng căng thẳng, khó chịu thậm chí là "chiến tranh lạnh". Bạn không nên suy diễn đại loại kiểu "người ấy có còn yêu mình không?", phải bình tĩnh, đồng thời nên trao đổi thẳng thắn với người ấy. Đây là một giai đoạn phải trải qua để cả hai có thể thấu hiểu về nhau một cách sâu sắc hơn. Cứ yêu nhau hồn nhiên, bình yên sẽ gõ cửa nhà bạn.

Từ khóa: Huyễn hoặc, ảo tưởng, lừa dối, che giấu, lỗi lầm, trực giác, tiềm thức, lời vu khống, sức mạnh huyền bí, sự bất ổn, sự im lặng.

19 - NGUYÊN MẪU THÚ NHÂN (SHAPE-SHIFTER ARCHETYPE)

"Bi kịch của cuộc đời là chúng ta già đi quá sớm và trở nên sáng suốt quá muộn" - Benjamin Franklin

Nguyên mẫu người biến hình, người đổi mặt, người biến dạng, dịch dung nhân xuất hiện trong các câu chuyện cổ tích với hình ảnh người hoá thú, hay các vị pháp sư biến hoá thành mãnh thú có sức mạnh kinh người. Nguyên mẫu này tượng trưng cho năng lực biến đổi về tâm thức, và làm chủ nguồn sức mạnh nguyên thuỷ đầy hoang dã và bùng nổ. Một mặt sự biến đổi này nhấn chìm chủ thể khi không có đủ sức mạnh tâm thức để chế ngự năng lượng bản nguyên, từ đó đánh mất chính mình. Mặt khác, khi tâm thức chế ngự sức mạnh nguyên thuỷ thì sức mạnh ấy trở thành bạn đồng hành tốt cho chính người đó. Tính chất của Nguyên mẫu người biến đổi này là sự nhanh chóng, đưa đến năng lượng tự tin, giúp giải quyết những khó khăn rắc rối. Ngược lại, nếu bị mất kiểm soát sẽ đưa đến việc đánh mất bản chất, hay sự huy hoàng chỉ diễn ra trong chốc lát mà không để lại giá trị lâu dài, hệt như người mải miết chạy theo các xu hướng mà không có bản sắc riêng.

Về công việc, đây là một Nguyên mẫu tốt. Mọi việc của bạn sẽ trở nên thuận lợi và may mắn hơn. Những công sức bạn bỏ ra thì đây là thời điểm mà bạn gặt hái thành công, bội thu. Nếu bạn đang muốn bắt đầu một công việc hay dự án mới thì đây là cơ hội tốt của bạn, hãy nắm bắt lấy nó. Trong trường hợp bạn đang muốn thay đổi công việc, Nguyên mẫu mang lại những tín hiệu tích cực. Tuy nhiên, may mắn là một nửa và cố gắng của bạn là nửa còn lại. Cho dù mọi thứ đang rất tốt thì bạn cũng không được cho phép mình chủ quan, sao nhãng.

Về tài chính, đây là khoảng thời gian bạn cảm thấy rất thoải mái vì "làm chơi ăn thật", tiền bạc đến với bạn nhiều hơn bình thường. Nếu bạn đang trong tình trạng khánh kiệt, thì tình trạng này sẽ qua đi rất nhanh. Trường hợp bạn muốn đầu tư vào một lĩnh vực mới, thì may mắn đang đứng về phía bạn. Nếu bạn muốn vay mượn thì người đang nhờ vả sẽ giúp đỡ bạn. Hoặc như bạn bè đang nhờ vả, vay mượn bạn, thì đây là lúc bạn có thể dốc lòng giúp đỡ người bạn thân tình của mình. Tuy nhiên, Nguyên mẫu cũng ám chỉ đến các chi phí bất ngờ mà bạn phải chi trả, cũng như việc sử dụng tiền quá mức. Bạn nên kiểm soát và cân bằng nguồn tiền của mình.

Về tình yêu, nếu bạn vẫn còn tìm kiếm tình yêu thì đây là khoảng thời gian mà người ấy sẽ đi ngang qua đời bạn, hãy chuẩn bị tinh thần. Trường hợp bạn đang trong một mối quan hệ, thì đây là thời gian mà cả hai bạn nên dành nhiều thời gian cho nhau để hâm nóng tình cảm. Nếu bạn gặp rắc rối gì trong lúc này, thì cả hai cần những khoảng trời riêng cho mình để suy nghĩ, không được tuyên bố bất cứ điều gì trong lúc này. Về vợ chồng, Nguyên mẫu báo hiệu chuyện tình cảm vợ chồng của bạn khá tốt, những bất đồng trước đó của cả hai có thể giải quyết tốt trong thời gian này.

Từ khóa: Vinh quang, danh tiếng, hạnh phúc hiện thực. Niềm vui, thắng lợi, cuộc hôn nhân hài hòa. Sự thực, chủ quan, kiêu ngạo, sự mãn nguyện.

20 - NGUYÊN MẪU ĐẤNG CỨU THẾ (MESSIAH ARCHETYPE)

"Đừng đợi sự phán xét cuối cùng. Ngày nào nó cũng đến" - Albert Camus

Nguyên mẫu đấng cứu thế, đấng cứu chuộc, đấng hi sinh xuất hiện với sự tượng trưng cho sức mạnh thần thánh, siêu nhiên, nhận lãnh sứ mệnh để giúp đỡ cho cộng đồng, dân tộc, loài người trước những sự đe doạ mang tính chất đối lập với tính chất thần thánh. Năng lượng của Nguyên mẫu này mang đến cho con người sự thức tỉnh tâm linh, để tự đánh giá hành động và niềm tin của mình. Nguyên mẫu đấng cứu thế mang theo sự phức hợp ở nhiều khía cạnh; một mặt, đấng cứu thế xuất hiện như vị anh hùng dẫn dắt cộng đồng

thoát ra khỏi đau khổ hướng đến an vui. Mặt khác, đấng cứu thế lại có vai trò của vị đạo sư xuất hiện thúc đẩy sự khai sáng tâm linh ở những con người bình thường. Nguyên mẫu này có nhiều tên gọi trong các nền văn hoá tôn giáo khác nhau như: đấng Messiah, Al-Mahdi, Maitreya, Kalki... Ở mặt tối, đấng cứu thế trở nên cực đoan, muốn người xung quanh phải vâng phục mù quáng, ánh hào quang của đấng cứu thế trở nên giả tạo và lầm lạc.

Về công việc, đây là một Nguyên mẫu quan trọng. Trong công việc, bạn đang bị giám sát. Hãy thận trọng trong khoảng thời gian này, bởi vì công sức bạn bỏ ra sẽ được đền đáp xứng đáng. Ngược lại, nếu bạn sao nhãng lơ là thì bạn sẽ bỏ lỡ cơ hội được cấp trên lựa chọn. Nếu bạn đang bắt đầu một công việc mới, hoặc một dự án mới thì bạn cần phải chú ý đến mọi thứ, kể cả chi tiết nhỏ nhất. Vì nếu bạn sơ suất thì mọi công sức bỏ ra sẽ bị phá hủy như con đê bị vỡ vì tổ mối.

Về tài chính, nếu bạn đang chờ đợi một món tiền hay một quyết định về tài chính từ những người thân hay cấp trên thì mọi thứ sẽ đến rất nhanh, tuy nhiên, có thể mọi thứ sẽ không theo ý bạn. Trường hợp bạn chuẩn bị ký kết hợp đồng làm ăn thì mọi chuyện đang đi theo chiều hướng tích cực và sẽ mang lại tiền bạc cho bạn. Trong trường hợp nguồn tiền bạn kiếm được quá nhanh, hoặc có liên quan đến việc vi phạm pháp luật trong thời gian này, có thể bạn sẽ gặp rắc rối lớn, thậm chí là trả một cái giá đắt. Hãy cẩn thận!

Về tình yêu, đây là thời điểm của sự thử thách. Nếu bạn chưa có người yêu, bạn cần phải chuẩn bị tinh thần cho sự thay đổi của bản thân trong mối quan hệ mà bạn sắp bước vào. Trường hợp bạn đang yêu, đây là một giai đoạn khó khăn, thử thách cho bạn và người bạn yêu. Điều bạn cần làm là giữ bình tĩnh để có suy nghĩ cẩn trọng trước khi nói bất cứ điều gì, bởi vì một lời tổn thương dù nhỏ cũng có thể khiến mối quan hệ trở nên tiêu cực. Về vợ chồng, đây là khoảng thời gian bạn nên tập trung vào những mục tiêu cụ thể để xây dựng gia đình, như tài chính, nhà cửa,... hai bạn cần có sự bàn bạc kỹ lưỡng với nhau. Đi chậm mà bền chắc.

Từ khóa: Sự tái sinh, thức tỉnh, kết quả, quyết định cuối cùng, sự thiếu tự tin, nhu nhược, điểm yếu, khoản tổn thất do kiện tụng.

21 - NGUYÊN MẪU NỮ THẦN (GODDESS ARCHETYPE)

"Chọn đúng thời gian, sự bền bỉ và mười năm nỗ lực rồi cuối cùng sẽ khiến bạn có vẻ như thành công chỉ trong một đêm." - Biz Stone

Một Nguyên mẫu quan trọng khác bên cạnh Nguyên mẫu thần, là Nguyên mẫu nữ thần. Những truyền thống tín ngưỡng tôn giáo lâu đời đều thực hành việc thờ phụng những vị nữ thần. Hiện thân cho trí tuệ huyền bí, sức mạnh trực giác, sự nuôi dưỡng và sinh sôi nảy nở. Nếu như các vị thần sáng tạo nên vạn vật, thì các nữ thần nuôi dưỡng và phát triển vạn vật với những phẩm tính của mình. Sức mạnh của những nữ thần có thể  dạo bước vào cõi âm, hay phần tối bên trong, để cứu vớt và chữa lành nỗi đau khổ trần gian. Mặt tối của Nguyên mẫu nữ thần này là sự thiếu vắng niềm yêu thương, tình cảm khiến người ta trở nên vô cảm, lạnh lùng, thông minh và tàn bạo. Để kích hoạt năng lực tiềm ẩn của Nguyên mẫu nữ thần, cần phải có sự trực nghiệm trực giác tâm linh trong niềm yêu thương, để đi sâu vào những phần tối bên trong, đối diện với cái chết và tái sinh.

Về công việc, nếu bạn vẫn chưa có công việc thì trong khoảng thời gian sắp tới, dù muốn dù không, mọi chuyện sẽ có chuyển biến mới, bạn sẽ phải kiếm lấy một công việc cho mình. Hãy nhìn mọi thứ ở hướng tích cực, đừng cố chấp không muốn thay đổi. Trường hợp bạn đang gặp rắc rối với công việc thì đây là thời điểm bạn nên cân nhắc thay đổi công việc. Nếu bạn chuẩn bị bắt đầu dự án hay công việc mới, đây là giai đoạn để bạn chuẩn bị mọi thứ trước khi bước vào một khởi đầu mới.

Về tài chính, nếu tình trạng tài chính của bạn đang ở trong giai đoạn khó khăn, Nguyên mẫu báo hiệu giai đoạn này sẽ qua đi rất nhanh. Trường hợp ngược lại, thì đây lại là thời điểm bạn cần điều tiết nguồn tiền, cũng như tiết kiệm lại, vì sắp tới sẽ có những chuyển biến bất lợi. Bạn cần phải kiên nhẫn ứng phó với chuyển biến bất lợi này, nếu bạn mất bình tĩnh thì bạn sẽ thua thiệt. Nếu bạn muốn vay mượn người khác, hãy thẳng thắn đề cập mọi chuyện rõ ràng với người đó. Tuy nhiên, nếu bạn muốn cho ai đó vay mượn thì lại là thiếu sáng suốt, vì có thể việc thu hồi sẽ bị trì hoãn khá lâu.

Về tình yêu, Nguyên mẫu báo hiệu cho những sự thay đổi lớn. Nếu bạn đang trong mối quan hệ đầy phức tạp thì thời gian tới có thể bạn sẽ phải lựa chọn dứt khoát. Còn trường hợp bạn đã ở trong một mối quan hệ lâu dài thì đây là giai đoạn chuyển biến để bạn bước qua một giai đoạn mới, nhiều khả năng là có hướng đến hôn nhân. Về vợ chồng, bạn nên cẩn thận những nhân tố không xác định bên ngoài tác động khiến vợ chồng xảy ra mâu thuẫn.

Từ khóa: Hoàn thành, bản chất, sự thành công ổn định, sự hồi báo, hành trình, sự kiên nhẫn, sự dịch chuyển, sự trì hoãn, cố định, ngại thay đổi.

Ts. Philippe Ngo và Phùng Lâm

Chương hai:

NGUYÊN MẪU LIÊN QUAN ĐẾN QUYỀN LỰC

22 - NGUYÊN MẪU TRẺ NHIỆM MÀU (MAGICAL CHILD ARCHETYPE)

"Chí khí mạnh mẽ là ngọn lửa của cuộc sống, là tinh túy của tinh thần" - Ngạn ngữ Anh

Nguyên mẫu đứa trẻ kỳ diệu (đứa trẻ ma thuật hay nhiệm màu) xuất hiện trong các câu chuyện cổ tích với sức mạnh kết nối với tự nhiên cùng tinh thần nuôi dưỡng, có khả năng đặc biệt để kết nối với động vật, sự chữa lành cho bản thân và người khác. Trong những chuyến phiêu lưu của đứa trẻ kỳ diệu luôn có sự đồng hành của một vài loài động vật thân thiện. Tinh thần của Nguyên mẫu này là sự hoà hợp và kết nối với tự nhiên, nên  trong đời sống hiện đại những người làm việc liên quan đến động vật và môi trường như bác sĩ thú y, nhà bảo vệ động vật hoang dã,..., họ là những người có sự kết nối và yêu thích động vật tự từ thơ ấu. Tình thương và lòng trắc ẩn của họ trải rộng đến muôn loài. Mặt sáng của Nguyên mẫu này, thông qua sự kết nối tự nhiên để thấu hiểu và nuôi dưỡng lòng trắc ẩn. Mặt tối của Nguyên mẫu này chính là sự thiếu vắng tình yêu thương và lòng trắc ẩn, dẫn đến các vấn đề như ngược đãi động vật, phá hoại môi trường. Nguyên mẫu mang theo tinh thần thuần khiết, đầy mơ mộng. Trong các câu chuyện cổ tích, những đứa trẻ xuất hiện với sức mạnh to lớn của trí tưởng tượng, có thể cảm hoá cái ác để chuyển biến thành cái thiện. Những người có Nguyên mẫu đứa trẻ ma thuật truyền cảm hứng cho những người xung quanh trong những giai đoạn khó khăn, khủng hoảng trong cuộc sống. Ma thuật của Nguyên mẫu này được tạo ra bằng sự thuần khiết và trí tưởng tượng phong phú, từ đó sáng tạo nên những điều kì diệu bằng văn học, nghệ thuật. Mặt sáng của Nguyên mẫu này, thông qua những thử thách khắc nghiệt và thực tế của cuộc sống, Nguyên mẫu này được kích hoạt sự dũng cảm và trí tuệ để vượt qua những chướng ngại. Mặt tối của Nguyên mẫu này khiến người ta chìm đắm trong những giấc mơ xa vời, mà thiếu đi năng lượng của sự hành động để đối diện với thực tế, hay chờ đợi điều kỳ diệu từ bên ngoài cứu vớt mình; mà quên mất phép màu kì diệu nhất đang nằm bên trong.

Về công việc, Nguyên mẫu cho thấy sức sáng tạo mạnh trong công việc, một hướng đi mới, một tư tưởng mới hoặc một cải cách được thể hiện rõ. Nếu trong lúc khởi nghiệp thì Nguyên mẫu này là một sự đảm bảo thành công cho công việc đó. Nguyên mẫu còn thể hiện một nguồn lực tiền bạc dồi dào và một trụ đỡ vững chắc từ chính quyền hay một cấp cao hơn. Nguyên mẫu cũng đề cập những tư tưởng mới về dịch vụ và sản phẩm, sẽ là vô cùng thuận lợi cho doanh nghiệp khi cho ra thị trường một sản phẩm hay dịch vụ mới.

Về tài chính, đây là một Nguyên mẫu nước đôi. Một mặt Nguyên mẫu thể hiện sự thừa kế, và các khoản thừa kế từ gia đình, người thân. Bạn có thể nhận được quà hay tài sản thừa kế của gia đình, thậm chí là tiền tiêu vặt cũng được tăng thêm. Bạn có thể sẽ khá bất ngờ do nhiều món tiền từ trên trời xuống. Nhớ cảm ơn người thân đã dành những món tiền đó cho bạn. Nếu bạn là người muốn di chúc hay tặng gửi cho con cháu thì đây không phải Nguyên mẫu may mắn. Người đó có thể tiêu phí số tiền của bạn mà không hề suy nghĩ cho những thứ suy đổi và hư hỏng. Hãy để mắt đến món tiền mà bạn định cho họ. Lời khuyên là bạn nên hướng dẫn hoặc tặng cho họ những món quà ý nghĩa và bổ ích, hơn là một món tiền vô nghĩa.

Về tình yêu, vợ chồng, nguyên mẫu này khẳng định thời điểm mà vợ chồng thống nhất trong một dự định chung về gia đình. Đây là bước ngoặt lớn đối với một cặp vợ chồng mới cưới. Nguyên mẫu này cũng biểu thị một đứa trẻ khôn ngoan nếu được ra đời trong thời điểm này. Nếu bạn quyết định ra mắt gia đình người yêu thì đây cũng là một cơ hội tốt. Nguyên mẫu này cho thấy người yêu của bạn có nhiều điểm chung với gia đình bạn, và đó là sự thuận lợi để hòa hợp giữa người yêu của bạn và gia đình của bạn, một đảm bảo hạnh phúc trong hôn nhân.

Từ khóa: Sáng tạo, sáng chế, doanh nghiệp, quyền năng; nguyên tắc, đầu nguồn; sinh sôi, gia đình, nguồn gốc, nối dõi, khởi nghiệp, tiền bạc, tài sản, thừa kế, suy đồi, hủy hoại, diệt vong.

23 - NGUYÊN MẪU KẺ ĐẦU GẤU (BULLY ARCHETYPE)

"Để thành công trên đường đời, có hai yếu tố cần thiết bạn phải học, đó là phải biết phớt lờ cái gì và đặt niềm tin nơi đâu" - Clement

Nguyên mẫu kẻ đầu gấu (kẻ bắt nạt) xuất hiện ở nhiều khía cạnh ở bất cứ thời gian nào trong cuộc sống.

Động lực sâu xa để thúc đẩy sự bắt nạt người, hay vật yếu thế hơn chính là sự đau khổ, việc bắt nạt là phương thức trốn chạy những ám ảnh trong nội tâm; sự yếu đuối không dám đối diện với những tổn thương của bản thân, từ đó thông qua việc nhìn thấy sự yếu đuối đau khổ của kẻ khác để thoả mãn thống trị, có quyền lực bên trong nội tâm của bản thân, chính vì thế rơi vào vòng lặp của sự đau khổ. Nguyên mẫu kẻ bắt nạt có thể xuất hiện ở trường học, công sở với những hình thức về thể chất lẫn tinh thần. Ở mặt sáng, Nguyên mẫu kẻ bắt nạt xuất hiện để thử thách về sự đủ đầy tinh thần của bạn; để chuyển hoá những đau khổ mà bản thân gặp phải, chứ không cố gắng ảo tưởng đẩy đau khổ ra bằng cách phóng chiếu những cảm xúc ấy lên người khác. Ở mặt tối, Nguyên mẫu kẻ bắt nạt bị nhấn chìm bởi sự sợ hãi do tự thân dựng nên, bị chính sự sợ hãi bên trong bắt nạt, chi phối. Và chỉ khi chấp nhận được sự yếu đuối, nhỏ bé của bản thân thì bạn mới có thể nắm bắt được Nguyên mẫu kẻ bắt nạt này, từ đó thức tỉnh thông qua quá ý thức được phần tối bên trong.

Về công việc: Nguyên mẫu thể hiện sự thành công tuyệt đối trong công việc. Sự lớn mạnh của công ty hay vị trí của công việc thể hiện quyền lực cao với mức độ độc đoán nghiêm khắc. Công việc đã đi vào ổn định từ lâu và đạt trạng thái vận hành hoàn hảo. Nếu trong quá trình xây dựng công ty, Nguyên mẫu cho thấy sự ổn định sẽ đến trong thời gian tới. Nhiều người lo sợ ý nghĩa còn lại của Nguyên mẫu này. Sự độc đoán chuyên quyền ở mức cao là lời cảnh báo cho những ai trong hoàn cảnh đỉnh cao này.

Về tài chính: Tiền bạc trong thời kỳ này được xem là thịnh vượng. Bạn sẽ có mức sống dư dả, thoải mái với số tiền kiếm được. Vay mượn có thể xem là hoàn toàn hợp lý và ít rủi ro. Đầu tư cũng là một lợi ích đáng quan tâm. Hầu như đây là một Nguyên mẫu tương đối tốt Về tài chính. Tất cả những gì bạn nên làm là tận hưởng hoàn cảnh đó. Không có một trở ngại nào Về tài chính trong Nguyên mẫu này.

Về tình yêu, vợ chồng: Dù khá gần với hoàn cảnh của gia đình và người thân, Nguyên mẫu cảnh báo sự cô đơn trong việc chia sẻ các vấn đề vật chất và quyền lợi. Sự sợ hãi bị tước đoạt thành quả có thể gây khó khăn cho tình cảm vợ chồng. Điều kiện và ý nghĩa của vấn đề này phụ thuộc nhiều vào các Nguyên mẫu xung quanh: sẽ rất rủi ro nếu các Nguyên mẫu kề bên mang yếu tố phản bội hay lạnh lùng.

Từ khóa: Quyền lực, cân nhắc, sự can đảm, thống trị, sự hòa hợp giữa luật lệ và công lý; bất ngờ, tiền tài, giàu có, mãnh liệt; nỗi buồn lo, bệnh tật, rắc rối, sợ hãi; sự hỗn loạn, ảnh hưởng lên cá thể khác.

24 - NGUYÊN MẪU NHÀ CHÍNH TRỊ (POLITICIAN ARCHETYPE)

"Chinh phục bất cứ một sự khó khăn nào cũng luôn đem lại cho chúng ta một niềm vui sướng thầm lặng, bởi điều đó có nghĩa là ta đã đẩy lùi được đường ranh giới và làm tăng thêm tự do cho bản thân" - Henri Frederic Amiel

Nguyên mẫu nhà chính trị, quan lại, người quan quyền, nha lại mang theo tính chất của sự nhạy bén nắm bắt thời cục, khả năng liên kết, tầm nhìn rộng, khả năng nhận ra cơ hội, thúc đẩy hợp tác. Nhà chính trị thường được rèn luyện bởi khả năng ngoại giao, tài hùng biện, và sức hút đối với người khác. Ở mặt sáng, năng lượng của Nguyên mẫu này hành động vì lợi ích chung, thúc đẩy sự phát triển đời sống con người, làm giàu các giá trị tinh thần. Nhưng ở mặt tối, năng lượng Nguyên mẫu được sử dụng để trục lợi, đầu cơ bất chính, lũng đoạn khiến đời sống người khác rơi vào khó khăn. Để kích hoạt hoàn toàn năng lượng Nguyên mẫu này, cần tìm nhìn của trí tuệ, để thấy rằng sự thành công nhất cần có đức hạnh để gìn giữ.

Về công việc, đây là một Nguyên mẫu tốt cho sự khởi đầu. Khi bạn bắt đầu công việc cho riêng mình, hay đơn thuần là bắt đầu đi tìm việc, thì Nguyên mẫu khuyên bạn nên vững tin vào con đường mình đã chọn, bởi vì bạn đã nhìn thấy mục tiêu và việc còn lại là đi đến đó. Nếu bạn đang có công việc ổn định thì Nguyên mẫu lại nhắc nhở bạn nên có những kế hoạch lâu dài hơn cho tương lai, dù mọi thứ của bạn bây giờ đang ổn định. Nhưng bạn cũng cần lên kế hoạch cho bản thân để phòng mọi trục trặc mà bản thân không thể kiểm soát được.

Về vấn đề tài chính, Nguyên mẫu nhắc bạn không nên tiêu xài tiền bạc một cách lãng phí vào những chuyến ăn chơi, du lịch, thay vào đó bạn nên để dành lại một nửa để tiết kiệm. Trong trường hợp bạn khởi đầu công việc nhưng lại có trục trặc về tài chính thì bạn nên sử dụng những mối quan hệ của mình để xoay xở, đây là thời điểm bạn cần đến sự giúp đỡ của người khác. Ở trường hợp khác, Nguyên mẫu khuyên bạn nên để cho nguồn tài chính của bạn được lưu động, như vậy sẽ mang lại nhiều ích lợi hơn.

Về vấn đề tình yêu, đây là thời điểm mà bạn không

nên giấu giếm bất kỳ điều gì với người mình yêu. Vì có thể nó sẽ bị phát hiện khiến mối quan hệ xảy ra xung đột. Nếu bạn vẫn chưa có người yêu, nhưng đang thầm thương ai, thì lúc này bạn nên dũng cảm thổ lộ với người kia. Trong chuyện vợ chồng, bạn không nên quá khắt khe, khó tính với người bạn đời của mình. Điều này sẽ khiến họ cảm thấy chán nản mệt mỏi. Bạn nên thả lỏng bản thân bằng cách thiền định hoặc yoga, điều này sẽ khiến bạn trở nên dễ chịu và thoải mái hơn trong gia đình.

Từ khóa: Phát triển, chọn lựa, nỗ lực, thuận lợi, thương mại; thành công sau những nỗ lực; nhận ra cơ hội, khả năng hợp tác trong kinh doanh; đối tác, trì hoãn, bất lợi, thất vọng, cô lập, thiếu tự tin, vất vả, tự cao.

25 - NGUYÊN MẪU BÀ TIÊN (FAIRYELF ARCHETYPE)

"Lạy Chúa, xin đừng bao giờ để con thấy mùa hè không hoa đỏ, lồng không chim, tổ ong trống vắng, gia đình không con" - Victor Hugo

Nguyên mẫu bà tiên, nữ tiên hay mẹ đỡ đầu, hay các vị tiên đại diện cho những sức mạnh siêu nhiên, mang đến điều thiện giúp đỡ người gặp khó khăn. Khác biệt với các thiên thần tượng trưng cho ánh sáng mặt trời, các vị tiên là ánh sáng mặt trăng xuất hiện trong rừng thẳm, để an ủi, xoa dịu và dẫn dắt kẻ lạc đường. Chính vì thế, năng lượng Nguyên mẫu này mang lại niềm vui, sự hân hoan khi giúp đỡ người khác thoát ra khỏi sự khó khăn rắc rối. Mặt tối của Nguyên mẫu này,

chính là những vị ác tiên chuyên tạo ra các trò đùa quái gở, hay rắc rối hoặc làm người ta lạc đường để lấy đó làm niềm vui cho chính mình.

Về công việc: Nguyên mẫu cho thấy thành quả của công việc đang ở trước mắt. Bạn sẽ sớm nhận được phần thưởng cho những gì bạn đã làm. Công ty, dự án hay xí nghiệp của bạn đang trong thời kỳ thịnh vượng nhất. Nguyên mẫu cho thấy bạn có thể an toàn ổn định trong thời gian dài. Lời khuyên là hãy bắt đầu nghĩ đến phúc lợi của nhân viên, trích quỹ dự phòng cho công việc. Sự hòa hợp trong công việc là một thành trì vững chắc cho tương lai, hãy trân trọng nó.

Về tài chính: Nguyên mẫu cho thấy sự dồi dào Về tài chính. Những khoảng đầu tư trước đây, dù đã từng thua lỗ, nay bắt đầu sinh lợi lớn, các khoản cho vay cũ nay được hoàn trả đầy đủ. Nguyên mẫu may mắn này cho phép bạn nhận được số tiền lớn hơn nhiều so với dự tính của bạn. Sự sung túc và dư dả trong tiền bạc cho phép bạn giữ lấy một phần cho dự phòng hay thừa kế. Đừng vội vung tay quá trán khi chưa nghĩ đến việc dự phòng cho mai sau.

Về tình yêu, vợ chồng: Tình yêu vợ chồng nồng thắm hơn bao giờ hết. Sự hòa hợp của cả hai người đảm bảo cho một tổ ấm hạnh phúc. Nguyên mẫu thể hiện rằng những dự định cho tình yêu và vợ chồng đã có kết quả tốt. Nếu bạn đang có kế hoạch dành dụm tiền cho con cái, cho kỳ trăng mật, cho căn nhà mới...

thì đây là thời điểm tốt để gặt hái chúng. Nguyên mẫu cũng chỉ sự ra đời của em bé và sự sinh nở nói chung.

Từ khóa: Nơi trú ẩn, nơi nương tựa, trong nước, thu hoạch, nhà, nghỉ ngơi, hòa hợp, hài hòa, thịnh vượng, hòa bình, công việc hoàn thiện, tăng thêm, sự thịnh vượng, hạnh phúc, làm đẹp, chỉnh trang; sự không đáng tin cậy bắt nguồn từ những lo lắng và các hành động vội vã.

26 - NGUYÊN MẪU KẺ NỔI LOẠN (REBEL ARCHETYPE)

"Ngọn lửa vui sướng rạng rỡ nhất đều là do những ánh lửa ngoài ý muốn góp vào." - Ngạn ngữ Anh

Nguyên mẫu người nổi loạn, loạn đảng, kẻ chống đối xuất hiện trong tâm thức của mỗi chúng ta như một phẩm tính của con người. Sự nổi loạn thôi thúc chúng ta bước qua những giới hạn cũ bằng sự xung đột, như trong Sáng thế ký, Chúa trời đã răn dạy Adam và Eve không được ăn trái cấm nhưng sự nổi loạn được thôi thúc bởi sự tò mò đã khiến họ hành động. Đó là hình ảnh ẩn dụ mà mỗi đứa trẻ sẽ phải trải qua trong nội tâm của chúng ở ngưỡng cửa

trưởng thành. Mặt khác, người nổi loạn xuất hiện như kẻ tiên phong chống lại những bất công và áp bức đang tồn tại trong xã hội, hay những định kiến cố hữu trong các lĩnh vực như âm nhạc, nghệ thuật, văn hoá. Khoảng cách giữa ánh sáng và bóng tối của Nguyên mẫu này chính là mục đích họ hướng tới, và giá trị họ mang lại cho người khác. Nếu họ hướng đến những giá trị tốt đẹp và vì người khác trong hiện tại và ở tương lai thì họ đã sử dụng năng lượng Nguyên mẫu này đầy thức tỉnh; nhưng ngược lại, nếu sử dụng cho mục đích cá nhân để thoả mãn ham muốn thì sự nổi loạn của họ dẫn đến hỗn loạn và bóng tối.

Về công việc, Nguyên mẫu báo hiệu thời gian sắp tới sẽ có những việc trục trặc nội bộ diễn ra một cách bất ngờ, có thể là do không thống nhất được phương thức hành động, hoặc bất đồng quan điểm. Lời khuyên cho bạn là nên tùy cơ ứng biến, tùy vào tính cách mỗi người đồng nghiệp mà có cách ứng xử riêng. Nếu bạn vẫn còn trong giai đoạn tìm kiếm việc làm thì bạn không nên quá cố chấp mục tiêu của mình rồi tìm kiếm một cách mơ hồ. Bạn nên bắt tay vào làm một công việc ở gần bạn hơn, điều này cũng giống như bạn bước lên bậc thang đầu tiên để đi đến ước mơ của mình.

Về tài chính, đây là thời gian mà bạn nên cân nhắc một cách cẩn thận trong việc sử dụng nguồn tiền của mình. Sự cố chấp và thiếu tính toán sẽ khiến cho bạn gặp phải những trục trặc trong việc vay mượn, đầu tư, mua những vật dụng đắt tiền, v.v. Trong một số trường hợp, Nguyên mẫu dự báo bạn có thể gặp trục trặc, tranh cãi có liên quan đến vấn đề tiền bạc trong công việc vào thời gian tới do sự dễ dàng với các mối quan hệ của bạn trong quá khứ. Lời khuyên cho bạn là nên bình tĩnh lắng nghe, sau đó giải thích rõ ràng rành mạch, vì tranh cãi sẽ làm mọi việc đi theo chiều hướng xấu.

Về tình yêu, nếu bạn đang muốn bắt đầu một mối quan hệ mới thì lời khuyên của Nguyên mẫu dành cho bạn là hãy bắt đầu mọi thứ thật nhẹ nhàng, chậm rãi, dịu dàng. Bạn sẽ có một mối quan hệ tuyệt vời. Nhưng nếu bạn trong một mối quan hệ lâu dài thì bạn nên cẩn trọng với những tranh cãi liên tục trong khoảng thời gian này, mọi thứ không như vẻ bên ngoài. Bạn phải trao đổi với người yêu mình, cũng như đi sâu vào bên trong của sự tranh cãi, để tìm ra điều gì đang ảnh hưởng đến hai bạn. Trong chuyện vợ chồng, nếu bạn và bạn đời thường xuyên khắc khẩu cãi vã nhau thì cốt lõi vấn đề ở đây là do cái tôi tính cách của hai bạn còn quá lớn, quá cứng để có thể hòa hợp được với nhau. Hãy là người can đảm đặt cái cố chấp của bản thân sang một bên để nghe theo trái tim mình.

Từ khóa: Sự xung đột, cạnh tranh, tranh cãi; chống lại những sự ngụy tạo trong quá trình tìm kiếm thành công, cũng như trận chiến trong cuộc sống; bạo lực, ham muốn, sự hoang phí, ngông cuồng; trạng thái giàu có, hào phóng, rộng rãi; sự gian trá, tranh tụng, tranh chấp.

27 – NGUYÊN MẪU CHIẾN BINH (WARRIOR ARCHETYPE)

"Con đường của vinh quang rất nhỏ hẹp, một người chỉ có thể đi tới không thể trở lui." - Ngạn ngữ Anh

Nguyên mẫu chiến binh xuất hiện với những phẩm chất bên trong đó là sự nỗ lực không ngừng nghỉ, sức mạnh chiến thắng sự sợ hãi. Và phẩm chất bên trong ấy thể hiện qua sự chiến đấu và bảo vệ cho những kẻ yếu thế. Chính vì thế, năng lượng của người chiến binh xuất hiện ở bất kì lứa tuổi, lẫn giới tính; trái với định kiến về hình ảnh chiến binh như là thanh niên trẻ tuổi, mà năng lượng của sự hành động này có thể xuất hiện ở cụ già, người phụ nữ nhà bên. Mặt tối của Nguyên mẫu chiến binh chính là sự phản bội lý tưởng, trở thành công cụ của dục vọng và phục vụ cho cái ác.

Để kích hoạt năng lượng của chiến binh thực thụ, bạn cần chiến thắng tự ngã của chính mình.

Về công việc: Chẳng nghi ngờ gì, Nguyên mẫu cho thấy sự thành đạt viên mãn của công việc. Nó cho thấy thành quả mong muốn mà bạn đợi chờ lâu nay. Nguyên mẫu không cho thấy bất kỳ trở ngại nào, dù là nhỏ nhất, ngăn cản sự thành công của bạn. Nếu là trong kế hoạch dài hạn, hoặc công việc đang diễn tiến thì đây là Nguyên mẫu không thể tốt hơn. Chỉ có một điều lưu ý nhỏ, nếu bạn đang bắt đầu tiến vào phần kế hoạch phản kháng hoặc bước ngoặt, thì đây lại là Nguyên mẫu cho thấy sự thất bại bởi sự phản bội. Nếu Nguyên mẫu đi kèm với nguyên mẫu Justice thì đây có thể ám chỉ sự thắng kiện pháp lý.

Về tài chính: Nguyên mẫu cho thấy sự bội thu tiền bạc sẽ đến trong thời gian tới. Trong đầu tư, nếu bạn có ý định dừng hay chuyển hướng đầu tư thì hãy chậm lại, vì có thể sắp tới, các phần đầu tư của bạn bắt đầu hiệu quả. Nếu bạn đang có dự định tấn công vào một thị trường hay loại cổ phiếu mới thì nên cẩn trọng hơn, vì Nguyên mẫu mang nhiều yếu tố bất lợi cho việc đột kích hay các ý định bất ngờ. Có thể thông tin kinh doanh của bạn có vấn đề. Vấn đề tiền nong vay mượn, nếu bạn đang có ý định thực hiện thì đừng ngại, vì nó sẽ cung cấp khoản tiền không nhỏ cho bạn.

Về tình yêu, vợ chồng: Sự thành công đến với cả chồng và vợ. Nhưng dường như sự xung đột nếu có từ trước sẽ không được hàn gắn qua Nguyên mẫu này. Tính chất Nguyên mẫu mang lại cho mối quan hệ này dường như tiêu cực hơn là trung lập. Nếu cả hai vợ chồng không gặp vấn đề về tình cảm, mà gặp phải khó khăn về kinh tế, Nguyên mẫu cho thấy tình hình tươi đẹp hơn cho cả hai vợ chồng.

Từ khóa: Thắng lợi; tin tức tuyệt vời, nỗ lực, niềm vui với thành quả; tình yêu; ngược lại có nghĩa dành cho sự bội tín, kẻ thù trước chiến thắng, lo âu, sợ hãi; sự trì hoãn kéo dài.

28 - NGUYÊN MẪU KẺ BÁO THÙ (AVENGER ARCHETYPE)

"Chúng ta càng tiến bước trên đường đời, mọi việc lại càng khó khăn hơn, nhưng chính trong khi chống lại gian khổ mà sức mạnh nội tâm của con tim được hình thành" - Vincent Van Gogh

Nguyên mẫu Người báo thù (Thiên thần báo thù, Đấng cứu thế) thường được biết đến dưới hình ảnh của một thiên thần báo thù, một người cứu giúp, một đấng cứu thế. Sự xuất hiện của Nguyên mẫu này để chống lại cái ác, sự bất công đang hiện hữu, bằng lòng dũng cảm. Ở mức độ cá nhân, người ta có thể thôi thúc hành động báo thù cho sự bất công của bản thân, hay những người xung quanh. Ở mức độ rộng hơn, chính là sự đấu tranh bảo vệ quốc gia hay trái đất.

Nguyên mẫu này xuất hiện ở những người hoạt động xã hội vì công lý, như các luật sư hoạt

động để giúp cho người khó khăn đang gặp phải án oan sai. Hay các nhà hoạt động môi trường đấu tranh với những tập đoàn gây ô nhiễm môi trường để giữ gìn trái đất. Trong các câu chuyện cổ tích, Nguyên mẫu người báo thù thường được xuất hiện với hình tượng một người được chọn, để thực hiện sứ mệnh được giao phó bởi các đấng thần linh. Ở mặt tối của Nguyên mẫu này, chính là sự lạm dụng bạo lực gây ra sự hỗn loạn, hay nhân danh việc chống lại sự bất công để phục vụ cho bản thân, từ đó tạo ra một sự bất công khác. Để chuyển hoá mặt tối của Nguyên mẫu này, cần có sự yêu thương trong hành động, để giữ cho bạn không từ một đấng cứu thế biến thành một kẻ bạo chúa.

Về công việc, Nguyên mẫu ám chỉ sự cạnh tranh mãnh liệt trong thương trường. Nếu chuẩn bị cho sự ra đời của công ty, bạn phải chuẩn bị tinh thần cho một cuộc tranh giành thị trường rất khốc liệt. Nếu công ty đang trên đà phát triển ổn định thì Nguyên mẫu cảnh báo rằng sự ổn định sẽ sớm biến mất và đối thủ của công ty sẽ sớm xuất hiện. Nếu trong đàm phán, Nguyên mẫu chỉ ra sự bất đồng sâu sắc giữa các bên liên quan. Dù vậy, Nguyên mẫu cũng mang yếu tố thành công, dù cho lâu dài hay ngắn hạn, bạn cũng đang có lợi thế. Lời khuyên tốt nhất là nên chuẩn bị tinh thần cho một cuộc đối đầu dài lâu.

Về tài chính, Nguyên mẫu ám chỉ sự phân vân trong chi tiêu, thiếu đi sự kiên quyết, chi tiêu trở nên khó khăn và cuộc sống trở thành kham khổ khó chịu.

Nếu hùn vốn hay tiền bạc luân chuyển trong nhiều khâu, nguy cơ xung đột lợi ích có thể tước đi phần mà bạn đáng được hưởng. Sự phân vân trong việc đòi lại quyền lợi của bạn sẽ gây khó khăn cho chính bạn. Lời khuyên là bạn nên cương quyết, không ngại khó khăn và tranh chấp để giành lấy phần mình xứng đáng hưởng.

Về tình yêu, vợ chồng, sự tranh cãi về các vấn đề liên quan trong tình yêu sẽ đến lúc đỉnh điểm. Sự quyết tâm giải quyết ổn thỏa vấn đề là mấu chốt để giải tỏa các rắc rối trong tình yêu. Giữ vững quan điểm của bạn và giải thích cho người kia được rõ. Sự đè nén và nhượng bộ tức thì trong thời gian ngắn sẽ không giữ được lâu, và kèm theo nó là sự bùng nổ khó giải quyết. Có thể quyết định của bạn sẽ không nhận được sự đồng thuận của số đông, nhưng đó đâu phải là câu trả lời bền vững cho mọi thứ.

Từ khóa: Thảo luận, xung đột, đàm phán kinh doanh, chiến tranh thương mại, trao đổi hàng hóa, cạnh tranh, sự thành công cho các chiến binh; bối rối, xấu hổ, lo lắng, cảnh cáo cho sự do dự.

29 - NGUYÊN MẪU SỨ ĐIỆP NHÂN (MAILMAN ARCHETYPE)

"Ai mà đi quá nhanh thì trên đường phẳng cũng bị vấp"- Thành ngữ Tây Ban Nha

Nguyên mẫu người đưa tin, người đưa thư, người truyền tin, người mang tin hay sứ điệp nhân thậm chí là kẻ tọc mạch, kẻ mách lẻo,.. mang theo tính chất lan truyền tin tức, bất kể là buồn hay vui. Chính vì thế, phẩm chất của Nguyên mẫu này là sự nhanh nhạy, trung thực, khả năng thu thập tin tức và lan truyền trong cộng đồng. Ở mặt sáng, Nguyên mẫu này có thể trở thành người nắm giữ tin tức chân thật trong cộng đồng, hay thậm chí trở thành

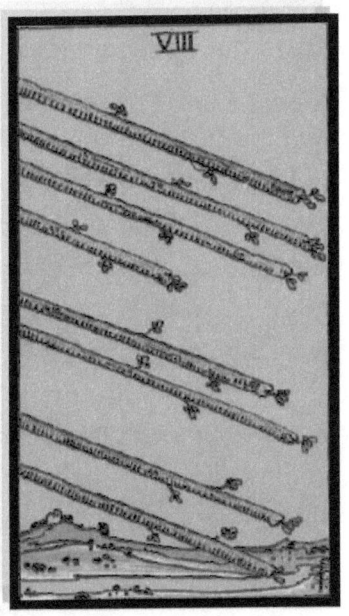

người truyền tin của các vị thần. Ở mặt tối, Nguyên mẫu này lại biến thành kẻ tọc mạch, lan truyền tin tức thị phi trong các mối quan hệ, truyền tin gây ra sự nhiễu loạn bất ngờ. Để kích hoạt Nguyên mẫu này, cần nuôi dưỡng tinh thần chân thật và chia sẻ thông tin vì ích lợi của người khác.

Về vấn đề công việc, Nguyên mẫu cho thấy công việc của bạn đang diễn ra khá trôi chảy. Trường hợp bạn muốn khởi đầu một dự án hay bắt đầu công việc thì đây là một Nguyên mẫu thuận lợi. Tuy nhiên, Nguyên mẫu cũng đồng thời nhắc nhở bạn cần phải có sự tính toán lâu dài trong công việc. Nếu chỉ cố chấp theo đuổi những lợi ích trước mắt thì về lâu dài sẽ bất lợi cho công việc của bạn. Sự thuận lợi đến rồi đi rất nhanh như sét đánh giữa trời quang, vì vậy bạn cần có sự chuẩn bị, tích lũy trong khi mọi thứ đang tốt để phòng những khó khăn sẽ đến bất ngờ.

Về tài chính, những khó khăn Về tài chính có thể được giải quyết lần lượt trong khoảng thời gian sắp tới. Nếu bạn đang có dự tính vay mượn tiền để thực hiện những công việc riêng thì đây là dấu hiệu tốt, tuy nhiên bạn cần tham khảo ý kiến của người có kinh nghiệm về tài chính cũng như cần cẩn trọng khi ký kết giấy tờ. Mặt khác, đây là thời điểm tốt để đầu tư vào những lĩnh vực mới, sự lưu động của nguồn tiền sẽ đem lại nhiều ích lợi hơn cho bạn.

Về vấn đề tình yêu, nếu bạn đang thầm thương trộm nhớ một ai đó, thì đây là thời điểm thích hợp để bạn ngỏ lời với người này. Trường hợp bạn đang có mâu thuẫn, xung đột trong mối quan hệ tình cảm, thì điều bạn nên làm là cùng ngồi lại với người kia để trao đổi thẳng thắn những khúc mắc, bất đồng của cả hai bên. Sự im lặng chỉ khiến mọi thứ trở nên tồi tệ. Về vấn đề vợ chồng, sự cố chấp muốn người còn lại phải làm theo ý mình sẽ khiến mối quan hệ trở nên tồi tệ. Lời khuyên dành cho bạn là nên tùy thời điểm mà xử sự, có lúc cần phải cố chấp tranh luận, cũng có lúc cần im lặng lùi lại một bước. Cái tôi lớn của mỗi người là liều thuốc độc giết chết tình yêu.

Từ khóa: Sự nhanh chóng, táo bạo, tự tin; tin tức hoặc thư từ đưa đến, sự tự do, hiểu biết; hoạt động thương mại nhanh chóng, vội vàng, niềm hy vọng lớn; ngược lại là một chuyện đầu voi đuôi chuột, huy hoàng trong chớp nhoáng; sự ghen tuông, tranh cãi trong nội bộ, hoặc rắc rối với người đã lập gia đình.

30 – NGUYÊN MẪU NGƯỜI CỨU HỘ (RESCUER ARCHETYPE)

"Học cho rộng, hỏi cho kỹ, nghĩ cho cẩn thận, phân biệt cho rõ, làm cho hết sức" - Khổng Tử

Nguyên mẫu người cứu hộ, người giải cứu, người cứu thoát, người cưu mang, mang theo những sức mạnh của người hành động, hỗ trợ người khác khi cần thiết và hoàn thành mà không hề mong chờ sự báo đáp từ đối phương, đôi khi phải hi sinh ích lợi bản thân. Tính chất người cứu hộ có thể xuất hiện ở bất kì cá nhân nào với lòng trắc ẩn và động lực hành động, như một đứa trẻ cứu con vật nhỏ hay người phụ nữ giúp cho người vô gia cư thực phẩm để vượt qua cơn đói. Không xuất hiện với các cuộc chiến lớn để chống lại quái thú khổng lồ,

Nguyên mẫu người cứu hộ bước đi khắp nơi trong cuộc sống dù là làng quê hay thành thị, để đến bên những người cần được giúp đỡ. Người cứu hộ vĩ đại nhất đôi khi lại là người vô danh, với sự giúp đỡ vĩ đại mà không cần ai biết đến. Bóng tối của Nguyên mẫu này chính là khi lòng tốt bị biến thành công cụ mục đích riêng để đạt được những ham muốn trong cuộc sống như tiền tài, danh vọng.

Về công việc: Công việc đang và sẽ gặp các trở ngại lớn. Những trở ngại này không phải là những trở ngại có thể kiểm soát mà là các trở ngại bất ngờ. Nó cũng cho thấy một hoàn cảnh cần cẩn trọng và tư thế sẵn sàng chiến đấu cần được đề cập. Một đối thủ cùng mặt hàng, một công ty muốn thâu tóm, một cá nhân muốn gây trở ngại cho công ty là những ví dụ điển hình cho nguyên mẫu này này. Nguyên mẫu cho thấy bạn sẽ vẫn tiếp tục ổn định và được bảo vệ, nhưng hãy luôn cảnh giác nếu nguyên mẫu này được kết hợp với các nguyên mẫu liên quan đến sự bội phản.

Về tài chính: Nguyên mẫu ngược lại với công việc. Nó cho thấy tài sản của bạn được bảo vệ an toàn, ít nhất là trong thời gian tới. Bạn hoàn toàn có thể tập trung giải quyết các vấn đề khác. Nó cũng cho thấy các quyết định đầu tư của bạn lúc này là đúng đắn. Nguyên mẫu cũng nhắc nhở về các quyết định mạo hiểm nằm ngoài khả năng, vì có thể nó đón nhận các hoàn cảnh bất khả kháng. Điều này ám chỉ các kế hoạch ngoài dự định, các ý định đầu tư ngoài ngành, ngoài lĩnh vực, hay các ý định đầu tư vào các vùng mà bạn không kiểm soát được.

Về tình yêu, vợ chồng: Tình yêu bền chặt là yếu tố chính của Nguyên mẫu này. Cả bạn và người bạn đời đều có ý thức bảo vệ mối quan hệ đó. Vì vậy, Nguyên mẫu này là một điều tốt, nếu bạn đang gặp rắc rối với tình yêu thì sẽ chẳng có vấn đề gì lớn giữa hai người. Nói chung, bạn hoàn toàn có thể yên tâm về vấn đề vợ chồng hay người yêu vì mọi thứ sẽ nhanh chóng ổn định. Những nghi ngờ nếu có liên quan đến sự phản bội sẽ chỉ đơn giản là sự hiểu lầm.

Từ khóa: Đại nghị lực, nội lực, sức mạnh đến từ áp lực; một chiến công lớn nhưng phải trả giá bằng xung đột và năng lượng bản thân; sự thay đổi bền vững, thành công sau cạnh tranh, đối đầu và e dè lo lắng; phục hồi sức khỏe; ngược lại, là chướng ngại, trì hoãn, chậm trễ, nghịch cảnh do thiên tai, ngoan cố, không hợp tác, khoe mẽ.

31 - NGUYÊN MẪU KẺ NGHIỆN (ADDICT ARCHETYPE)

"Người đàn ông muốn có mọi thứ, nhưng khi có mọi thứ trong ở trong tay, ông ta lại đau khổ vì không kham nổi gánh nặng" - Ngạn ngữ Anh

Nguyên mẫu kẻ nghiện (kẻ si mê, nghiện ngập) là đại diện cho sự nghiện ngập, trầm mê của con người.

Con người luôn mang trong mình sự nghiện ngập, từ thức ăn, trò chơi, làm đẹp, thông tin, cho đến ma tuý, tình dục...thậm chí là công việc, thành công hay thực hành tâm linh, để tránh đối diện với áp lực. Cốt lõi của sự nghiện ngập chính là đánh mất ý thức của chính mình, luôn khao khát tìm kiếm bên ngoài. Mặt tối của Nguyên mẫu kẻ nghiện ngập này chính là nó thúc đẩy chúng ta luôn cố gắng tìm mọi cách để thoả mãn khao khát của mình một cách vô nghĩa, lặp đi lặp lại. Phần tối của Nguyên mẫu này có sự liên kết mật thiết với những người thông minh, giàu cảm xúc; như là một cuộc chiến giữa ý chí và sự thiếu tự chủ. Nếu như họ bị năng lượng của Nguyên mẫu này nhấn chìm thì họ sẽ đánh mất mình, như Tanlalus trong thần thoại. Nhưng ngược lại, với ý chí kiên định của mình, khi vượt qua cám dỗ của sự nghiện ngập thì họ sẽ thức tỉnh, và nhìn thấy được tiềm năng thần thánh bên trong của mình. Như một người nghiện rượu vì đau khổ tình cảm, nhưng khi chuyển hoá được năng lượng Nguyên mẫu nghiện ngập trong tâm trí, người ấy làm chủ được bản thân và có thể từ bỏ cơn khát rượu bất kì lúc nào, người ấy vẫn có thể uống rượu khi muốn nhưng không còn chịu sự chi phối thèm khát rượu vô độ như xưa.

Về công việc, nếu bạn khởi đầu công việc, đây là một giai đoạn rất mệt mỏi, bạn phải làm rất nhiều. Tuy nhiên, Nguyên mẫu khuyên bạn không nên bỏ cuộc bởi vì bạn đã xác định được mục tiêu của bản thân và giai đoạn đọa đày này sẽ có sự chuyển đổi trong thời gian sắp tới. Nếu bạn đang thực hiện một công việc nhiều áp lực, nhưng không có người hỗ trợ một cách chân thành thì bây giờ không phải là thời gian để bạn cảm thấy chán nản mà là lúc bạn phải cố gắng hơn nữa. Những công sức bạn bỏ ra sắp được thu gặt và đáp đền xứng đáng.

Về tài chính, đây không phải là thời gian tốt để bạn phân tán nguồn tiền của mình. Từ những việc lớn như đầu tư tài chính, vay mượn hoặc cho người khác mượn cho đến những việc nhỏ như chi tiêu cũng cần phải có sự điều tiết lại. Nguyên mẫu này báo hiệu sắp tới tiền bạc của bạn sẽ có những chuyển biến chưa biết tốt hay xấu, vì vậy bản thân bạn cần phải có sự chuẩn bị tinh thần cũng như tiền bạc để ứng phó với những trục trặc, rủi ro đến từ bên ngoài mà bản thân không thể kiểm soát hay ảnh hưởng để thay đổi sự tác động của chúng.

Về tình yêu, đây không phải là thời điểm tốt để bắt đầu một mối quan hệ nghiêm túc, lâu dài. Còn khá nhiều điều bạn cần phải tìm hiểu rõ về tính cách, tình cảm của đối phương bởi vì khi sự cuồng nhiệt qua đi chỉ còn lại sự thất vọng ê chề. Ở khía cạnh trong mối quan hệ, cả hai bạn yêu thương nhau nhưng cái tôi của cả hai đôi lúc còn lớn cả tình yêu của hai bạn. Chỉ có thể dần dần buông bỏ bớt sự cố chấp của bản thân thì tình yêu mới có thể dìu nhau được những ngày khốn khó. Trong chuyện vợ chồng, bản thân bạn hoặc người bạn đời của bạn cứ để quá nhiều việc trong lòng mà không hề bày tỏ, điều này khiến cả hai cảm thấy mỏi mệt. Tình nghĩa vợ chồng trong thời đại này là sự cảm thông chia sẻ cũng như thấu hiểu, nó không phải là sự hy sinh thầm lặng.

Từ khóa: Áp lực, trách nhiệm sau những thành

công; niềm tin tốt lành; tàn nhẫn, hiểm ác, ích kỷ, dối trá, trấn áp; sự giả dối, ngụy trang cho những vấn đề bên trong; mất kiểm soát, rắc rối, thành công bị mất hiệu lực khi đi kèm với nguyên mẫu về kiện tụng; pháp lý; phản bội, lạc hướng, cản trở, suy thoái.

32 - NGUYÊN MẪU NGƯỜI CÔNG CHÍNH (SAMARITAN ARCHETYPE)

"Hãy mơ ước bất cứ điều gì bạn muốn mơ. Đó là vẻ đẹp của trí tuệ con người. Hãy làm bất cứ điều gì bạn muốn làm. Đó là sức mạnh của ý chí con người. Hãy tin tưởng vào bản thân để thử thách những giới hạn của mình. Đó chính là lòng can đảm để thành công"
- Bernard Edmonds

Nguyên mẫu người tử tế, người công chính, người liêm chính, người chánh đáng, nổi bật lên với sự phân biệt đúng sai, có khuynh hướng hành động vì lẽ phải với lòng nhân hậu, với lòng nhiệt tình cháy bỏng. Ngay cả khi điều đúng đắn đó không phải là điều mà họ yêu thích hay mong muốn, nhưng họ vẫn cố chấp hành động vì lẽ phải. Năng lượng Nguyên mẫu này hành động vì lợi ích của người khác và không mong cầu sự đón nhận trở lại. Mặt tối của

Nguyên mẫu người tử tế là sự hành động nhân ái nhưng lại thiếu đi phân biệt đúng sai, hay tư duy về kết quả khiến cho sự giúp đỡ người khác không đúng lúc, không đúng việc đưa đến những rắc rối, đau buồn trong cuộc sống. Cân bằng giữa tư duy hành động và lòng trắc ẩn chính là chìa khóa để kích hoạt Nguyên mẫu này.

Về công việc, đây là một Nguyên mẫu hai mặt. Ở mặt thứ nhất, những chuyện trục trặc khó khăn sẽ diễn ra một cách dồn dập bất ngờ trong thời gian sắp tới, nhưng ở mặt thứ hai là nếu bạn kiên trì chịu đựng thì chúng sẽ đi qua rất nhanh. Nếu bạn muốn khởi nghiệp, Nguyên mẫu báo hiệu những gian nan bạn phải trải qua cũng như nhắc nhở bạn cần phải tính toán kỹ lưỡng hơn. Nếu bạn chuẩn bị bắt đầu dự án, hay kế hoạch mới thì điều bạn cần là sự trợ giúp của đồng nghiệp, hoặc sự tư vấn của cấp trên.

Về tài chính, trong khoảng thời gian này bạn cần phải chú ý để điều tiết nguồn tiền của mình. Cân nhắc cẩn thận trước khi có dự tính vay hoặc cho mượn tiền. Bởi vì Nguyên mẫu báo hiệu những trục trặc do các nhân tố từ bên ngoài ảnh hưởng đến vấn đề tài chính của bạn. Nó sẽ diễn một cách khá đột ngột và bất ngờ. Lời khuyên dành cho bạn là nên tùy cơ ứng biến, không nên cứng nhắc xử lý theo một hướng cố định, và bạn cần phải ra quyết định một cách nhanh chóng, quyết đoán.

Về tình yêu, nếu bạn muốn bước vào một mối quan hệ mới, hãy cân nhắc! Nguyên mẫu báo hiệu rằng, tình cảm nồng cháy vội vã sẽ khiến bạn trở nên mù quáng để có thể nhìn ra những khác biệt rất lớn, mà khi lửa đam mê qua đi mới khiến bạn cảm thấy chán chường. Trong mối quan hệ tình cảm, có những giới hạn mà bản thân bạn nên lấy đó làm ranh giới để tự bảo vệ bản thân mình. Lấy gì để chắc chắn khi hiến dâng hoàn toàn, thì người kia sẽ không bội bạc như bao người khác. Trong chuyện vợ chồng, sự ghen tuông mù quáng sẽ khiến cho tình yêu bị bóp chết. Bạn cần có sự tin tưởng cũng như sự bao dung để gìn giữ mối quan hệ này.

Từ khóa: Một người trẻ tuổi, mang theo chủ nghĩa cá nhân, nhiệt tình, tài hoa; táo bạo với nghị lực phi thường; sự thông minh di truyền; yêu giận một cách đột ngột, mãnh liệt; một ngôn sứ, tin tức tốt lành, một người lạ tốt bụng; ngược lại là sự nông cạn, bất ổn, hiểm ác, tin tức xấu, kèm theo đó là sự do dự.

33 - NGUYÊN MẪU KỴ SĨ (KNIGHT ARCHETYPE)

"Hãy thổi bùng lên ngọn lửa vui tươi đang lịm tắt với đôi cánh của tình bằng hữu, và hãy chuyển cho nhau chén rượu lạc quan" - La Fontaine

Nguyên mẫu kị sĩ, hiệp sĩ, tướng quân thường tượng trưng cho tinh thần hiệp sĩ, sự trung thành, phụng sự tận tuỵ. Trong các câu chuyện cổ tích thường xuất hiện hình ảnh hiệp sĩ đến để giải cứu công chúa đang bị giam giữ, chiến đấu chống lại cái ác. Kị sĩ đam mê khám phá những điều mới mẻ, và bị thu hút bởi các trải nghiệm thú vị. Nguyên mẫu kị sĩ đại diện cho phần năng lượng hướng ra bên ngoài, còn hành trình tìm kiếm công chúa và chiến đấu với bóng tối là phần năng lượng hướng vào bên trong. Chỉ khi cân bằng hai nguồn lực

này, Nguyên mẫu này mới giúp cho chúng ta tìm thấy được mục tiêu cuộc đời để phụng sự. Ở mặt tối, Nguyên mẫu này trở thành kị sĩ đen, cam kết và chuyên phụng sự cho cái ác để đổi lấy địa vị, quyền lực hay một nhu cầu dục vọng nào đó. Con đường của Nguyên mẫu này hướng đến sự hoàn thiện là vừa cân bằng giữa nhu cầu bản thân và sự phụng sự giúp đỡ người khác.

Về công việc: Nguyên mẫu cho thấy công việc đang có những biến chuyển nhanh chóng theo chiều hướng tích cực. Hoạt động của công ty, nhà máy hay dự án được thực hiện với tốc độ và cường độ cao, điều này đòi hỏi ở bạn một sự linh hoạt đối với hoàn cảnh nếu bạn là người lãnh đạo. Sự thay đổi kế hoạch linh hoạt có thể là điểm cộng với công việc nhưng có thể mang lại rủi ro nếu các đồng sự của bạn không theo kịp sự linh hoạt đó. Nguyên mẫu một mặt yêu cầu sự linh hoạt, một mặt đòi hỏi giải quyết ổn thoả các bất hoà gây ra bởi sự linh hoạt đó. Bạn cần điều chỉnh cho thích hợp. Một hướng kinh doanh mới, hay sản phẩm mới, và sự di chuyển về địa lý dịch vụ cũng được xem là nằm trong tầm ảnh hưởng của Nguyên mẫu.

Về tài chính: Nguyên mẫu ám chỉ những xu thế mới trong việc đầu tư. Một hướng đầu tư mới hay một kế hoạch phiêu lưu cũng nên được xem xét lại. Nếu đang chơi chứng khoán, bạn nên bắt đầu nhìn về các xu hướng mới, hoặc các chỉ số mà bạn từng e ngại. Vấn để vay có thể phát sinh những khách hàng mới, và xu hướng thay đổi về mặt địa lý có thể diễn ra.

Về tình yêu, vợ chồng: Nguyên mẫu này không phải là một điều tốt với tình cảm vợ chồng. Ở mức độ thông thường, Nguyên mẫu ám chỉ đến sự xa cách về địa lý, không gần gũi. Ở mức độ nghiêm trọng hơn, nó có thể ám chỉ sự xa cách do ly thân. Dù thế nào thì độ trầm trọng của Nguyên mẫu không cao, bạn không cần quá lo lắng. Nên cố gắng giữ liên lạc thường xuyên với người yêu để tránh cảm giác bị bỏ rơi.

Từ khóa: Khởi hành, sự vắng mặt, chuyến bay, nhập cư, thay đổi nơi cư trú; cắt lớp, chia rẽ, gián đoạn, bất hoà; một người hành động không suy tính trước, con người hào phóng, nhiệt tình, hấp tấp, bốc đồng; ngược lại là sự mù quáng, tàn bạo, dã tâm, độc ác trong tính cách.

34 - NGUYÊN MẪU NHÀ TIÊN PHONG (LIBERATOR ARCHETYPE)

"Chân lý dù hỗn tạp trong một đống lời nói hoang đường cũng sẽ lộ ra, giống như dầu nổi trên mặt nước" - Cervantes

Nguyên mẫu nhà cách mạng, nhà tiên phong hay người giải phóng xuất hiện để phá vỡ khuôn mẫu bảo thủ, đã trở nên lỗi thời, gây ra nhiều đau khổ. Đó có thể là những nhà lãnh đạo về quân sự hay chính trị lỗi lạc để dẫn dắt quần chúng thoát khỏi ách áp bức như chế độ nô lệ, bóc lột hay xâm lược. Nguyên mẫu này chứa đựng năng lượng của sự bùng nổ, tựa như sấm sét đánh thức ai đang ngủ mê. Không chỉ vậy,  Nguyên mẫu này còn xuất hiện trong đời sống hàng này để giúp chúng ta vượt qua những giới hạn của bản thân như cảm xúc tiêu cực, các mối quan hệ độc hại, hay sự nghiện ngập. Ở mức độ cơ bản, Nguyên mẫu người giải phóng thúc đẩy chúng ta phá vỡ các giới hạn thuộc về mặt cơ thể, xã hội. Nhưng ở mức độ cao hơn, Nguyên mẫu này khuấy động năng lượng tinh thần, giúp chúng ta phá vỡ các giới hạn về mặt tâm trí, để phát triển sức mạnh về tâm linh. Mặt tối của Nguyên mẫu này thay vì mang đến sức giải phóng thể xác và tinh thần, lại biến thành một sự áp bức khác, khiến người khác phải lệ thuộc. Để kích hoạt Nguyên mẫu này, cần có tinh thần vị tha và trí tuệ tâm linh để tháo bỏ xiềng xích tự thân.

Về công việc, Nguyên mẫu cảnh báo trong thời gian sắp tới có thể xảy ra những rắc rối đến một cách bất ngờ, dồn dập trong công việc của bạn. Lời khuyên dành cho bạn là cần phải linh hoạt để tùy theo hoàn cảnh có cách xử lý khác nhau, thì mới có thể giải quyết được những rắc rối này. Trong trường hợp bạn đang chuẩn bị bắt đầu công việc mới, hoặc một dự án mới, Nguyên mẫu cho thấy ban đầu có sự khởi đầu tốt, song về sau thì dần dần đi xuống. Không nên quá ỷ lại vào những thuận lợi ban đầu mà cần có sự đổi mới liên tục.

Về tài chính, đây không phải là một Nguyên mẫu tốt. Nó báo hiệu một sự khó khăn về tài chính trong thời gian sắp tới. Cần phải cẩn thận với những mối lợi bất ngờ đưa đến. Trường hợp bạn đang cần vay vốn để thực hiện công việc thì nên chú ý kỹ lưỡng đến giấy tờ hồ sơ. Ở khía cạnh khác, đây không phải là thời điểm vì cả nể mà bạn cho người khác vay mượn, bởi vì vấn đề này có thể ảnh hưởng đến mối quan hệ. Nguyên mẫu khuyên bạn cần phải xử lý mọi việc liên quan đến tiền bạc một cách lý trí, tránh để tình cảm riêng ảnh hưởng đến quyết định bản thân, như vậy mới tránh được rắc rối, bất lợi.

Về vấn đề tình yêu, Nguyên mẫu đề cập sự mâu thuẫn tính cách trong mối quan hệ. Sự tranh cãi trong tình yêu là điều không thể tránh, nhưng nếu cái tôi của mỗi người quá lớn thì nó sẽ bóp chết tình yêu. Đúng hay sai nào có quan trọng trong tình yêu, hơn thua nhau làm gì nếu chẳng còn bên nhau? Về vấn đề vợ chồng, Nguyên mẫu nhắc nhở về sự chia sẻ, đỡ đần nhau trong gia đình, nếu để tất cả áp lực dồn hết lên vai một người thì những trận cãi vã lớn sẽ bộc phát vào thời gian tới. Tuy nhiên, cần phải có sự tỏ bày để bạn đời của bạn biết bạn đang cần chia sẻ, giúp đỡ.

Từ khóa: Một người phụ nữ có khả năng thích nghi, nghị lực bền bỉ, tham vọng lớn, dáng vẻ điềm tĩnh nhưng thiếu kiên nhẫn trước sự đối lập; sự thân thiện, trong sạch; sự thành công trong kinh doanh, khả năng tài chính tốt; ngược lại là sự ngu ngốc, ngoan cố, thù hằn, nổi giận không lý do; trở ngại, đối kháng, mang tính phản bội, lừa dối, ghen ghét khi đi cùng các Nguyên mẫu có ý nghĩa tương tự.

35 - NGUYÊN MẪU THẤU THỊ SƯ (VISIONARY ARCHETYPE)

"Nhiệt tình là sức mạnh, chiếu sáng hy vọng của bạn đến tận các vì sao. Nhiệt tình là ánh lửa lấp lánh trong mắt bạn, là nhịp điệu nhún nhảy trong dáng vẻ của bạn. Nó là sự quyết tâm, ý chí và năng lực, thực hiện những tư tưởng của bạn" - Henry Ford

Nguyên mẫu thiên nhãn sư, người có mắt thứ ba, người thấu thị, người thông linh thị, người nhìn xa trông rộng thường mang theo tính chất của cái nhìn với tư tưởng vượt thời đại, họ đứng trên vai các vị thần để nhìn về tương lai, chính vì thế Nguyên mẫu này thường được liên kết với những nhà tiên tri dẫn dắt dân tộc mình tìm đến miền đất hứa. Trong thời hiện đại, Nguyên mẫu này tượng trưng cho nhà tư tưởng vĩ đại dẫn dắt doanh

nghiệp, cộng đồng, dân tộc đi đến thành công với cái nhìn siêu việt của họ. Mặt tối của Nguyên mẫu người nhìn xa trông rộng chính là ảo ảnh không thực, cũng như tầm nhìn bị chi phối bởi dục vọng cá nhân, dẫn đến sự cực đoan trong chính bản thân họ. Để hoàn toàn kích hoạt Nguyên mẫu này, sự nhìn xa không thể tách rời trí tuệ và phụng sự lợi ích con người. Với những mong muốn thuần khiết như vậy, người nhìn xa trông rộng mới có thể nhìn thấy được phần sâu thẳm nhất của chính mình.

Về vấn đề công việc, Nguyên mẫu hàm ý muốn công việc suôn sẻ, thuận lợi thì phải biết chia sẻ lợi ích với người khác. Cần thi ân giúp đỡ người khác sẽ thu được lợi ích về sau. Nếu bạn đang bắt đầu một công việc mới hoặc chuẩn bị bắt tay vào dự án mới thì Nguyên mẫu báo hiệu bạn sẽ gặp những trục trặc liên quan đến lợi ích, hoặc gặp một người sống khá thực tế. Lời khuyên cho bạn, đối với người bạn gặp, đừng đề cập chuyện tình cảm mà hãy nêu ra lợi ích thực tế. Còn về vấn đề trục trặc thì mấu chốt là sự phân chia lợi ích một cách phù hợp.

Về vấn đề tài chính, Nguyên mẫu báo hiệu về sự biến động lớn về tài chính trong thời gian sắp tới. Phải tùy vào hoàn cảnh để xem xét biến động này là tốt hay xấu, nhưng bạn cũng cần đề phòng trường hợp xấu ảnh hưởng đến nguồn tiền của mình. Mặt khác, bạn muốn thành công thì cần phải nhờ sự giúp đỡ của người khác, song cần phải tính toán khéo léo, hành động đúng đắn. Hôm nay được lợi ích từ người, ngày sau lên cao cần phải biết báo ân giúp đỡ thì mới có thể phát triển lâu dài được.

Về vấn đề tình yêu, đây là thời điểm thuận lợi để khởi đầu một mối quan hệ tình cảm. Tuy nhiên, Nguyên mẫu cũng nhắc nhở cần tìm hiểu kỹ về tính tình của đối phương. Trong mối quan hệ, đây lại là thời điểm nhạy cảm. Bạn nên tránh tranh cãi với người yêu trong lúc nóng, vì có thể bạn hoặc đối phương sẽ làm tổn thương nhau bằng những lời cay đắng. Về vấn đề vợ chồng, Nguyên mẫu cho thấy đây là thời điểm mà nếu trong lòng bạn có điều gì thắc mắc thì nên nói ra hết với người bạn đời của mình, bởi vì nếu để dồn nén trong lòng quá lâu không sớm thì muộn mọi chuyện sẽ bộc phát như núi lửa phun trào.

Từ khóa: Con người nam tính, mạnh mẽ, nhanh nhẹn nhưng bốc đồng, hung bạo và kiêu ngạo, công bằng và cao thượng, hào phóng và có óc hài hước; Nguyên mẫu mang ý nghĩa về sự trung thực, có thể mang ý nghĩa tin tức bất ngờ về gia sản kế thừa; những dấu hiệu tốt trong hôn nhân; ngược lại, là một người nóng nảy, cố chấp, thành kiến, một kẻ hèn nhát; khắc nghiệt, khắc khổ nhưng chứa đựng sự khoan dung.

Chương ba:

NGUYÊN MẪU LIÊN QUAN ĐẾN TINH THẦN

36 - NGUYÊN MẪU TRẺ MỒ CÔI (ORPHAN ARCHETYPE)

"Có ba điều đạt tới Hạnh phúc: thân thể khỏe mạnh, tinh thần thoải mái và trái tim trong sạch" - Dumas

Nguyên mẫu đứa trẻ mồ côi là những đứa trẻ sinh ra bị mất cha mẹ, hoặc cả hai, phải sống với người thân hoặc thậm chí không có người thân nào. Nguyên mẫu đứa trẻ mồ côi thường được xuất hiện trong các câu chuyện cổ tích nổi tiếng như Bạch Tuyết, cô bé Lọ Lem, Tấm Cám,...Sự xuất hiện của nó thể hiện việc thiếu vắng sự thiếu vắng quan tâm và kết nối với gia đình về mặt cảm xúc lẫn tinh thần; chính vì thế

Nguyên mẫu này vẫn có thể xuất hiện ở những người có gia đình cha mẹ nhưng không có sự yêu thương.

Chính vì thế, Nguyên mẫu đứa trẻ mồ côi trở nên tự trưởng thành, và độc lập hơn trước những khó khăn của cuộc sống. Các ẩn dụ của chuyện cổ tích miêu tả đứa trẻ chiến đấu chống lại những thế lực đen tối đe doạ đến cuộc sống, chính là sự thể hiện việc chống lại những sự sợ hãi khi phải sinh tồn một mình trong cuộc sống. Mặt sáng của Nguyên mẫu này, chính là bởi vì trải qua sự đơn độc nên họ có được trải nghiệm sâu sắc, là có thể trở thành một người lắng nghe, chia sẻ và kết nối với những người cô đơn khác để vượt qua các khó khăn thử thách của họ. Mặt tối của Nguyên mẫu này lại là sự khao khát yêu thương khiến họ trở nên lệ thuộc hoặc kiểm soát người khác trong các mối quan hệ. Vết thương quá khứ chi phối đời sống hiện tại của họ, muốn chữa lành cho họ; cần phải hồi tưởng lại quá khứ để đối diện với vấn đề của họ, thúc đẩy họ thể hiện chính mình và lên đường tìm kiếm gia đình thực sự mà họ thuộc về.

Về công việc, đây là một Nguyên mẫu tốt. Nếu bạn đang chuẩn bị bắt đầu công việc, hay chỉ đơn thuần là đi xin việc thì đây là thời điểm thích hợp. Trong Nguyên mẫu cho thấy công việc bạn đang làm có áp lực song cũng có nhiều cơ hội thăng tiến. Trường hợp bạn chuẩn bị bắt đầu dự án mới thì nên thực hiện công việc một cách chậm rãi, đồng thời nên tranh thủ sự trợ giúp từ mọi người. Theo một số quan niệm khác, đôi khi Nguyên mẫu còn báo hiệu những tin tức tốt lành đưa đến.

Về tài chính, Nguyên mẫu báo hiệu sẽ có những trục trặc bất ngờ về chuyện tiền bạc đối với bạn. Tuy nhiên, những rắc rối này sẽ được giải quyết ổn thỏa nhờ vào sự giúp đỡ của những người thân quen. Trong những vấn đề liên quan đến tài chính, hoặc tài sản có giá trị lớn, thì bạn cần phải giấy trắng mực đen rạch ròi. Không nên vì tình cảm thân quen mà để lại những hậu quả khó xử về sau. Ở khía cạnh khác, đây là thời điểm thích hợp để bạn đầu tư tiền bạc vào những lĩnh vực mà bạn yêu thích.

Về tình yêu, Nguyên mẫu cho thấy những dấu hiệu tốt về tình yêu. Đây là thời điểm thuận lợi để khởi đầu một mối quan hệ mới. Trường hợp bạn đang có vấn đề với mối quan hệ của mình, lời khuyên dành cho bạn là thay vì tranh cãi, bạn nên tĩnh tâm để suy nghĩ mấu chốt của vấn đề, và dùng tình cảm chân thành để giải quyết. Về vấn đề vợ chồng, Nguyên mẫu báo hiệu về một đứa trẻ khỏe mạnh, uyên bác, sâu sắc nếu ra đời vào thời điểm này. Mặt khác, đây là một Nguyên mẫu hàm ý gia đình hạnh phúc.

Từ khóa: Niềm vui, sự trù phú, màu mỡ, an lạc, ngôi nhà của trái tim chân thật; ngược lại, sự luân chuyển, bất ổn, cảm xúc không thật, quay vòng.

37 - NGUYÊN MẪU MỸ NHÂN (DAMSEL ARCHETYPE)

"Hai mà là một: một người đàn ông và một người đàn bà hòa hợp thành một vị thiên thần, ấy là cõi thiên đường" - Victor Hugo

Nguyên mẫu mỹ nhân, người đẹp hay thiếu nữ gặp nạn (hoặc công chúa gặp nạn) thường gặp trong những câu chuyện cổ tích với hình ảnh công chúa xinh đẹp, gặp khó khăn hay bị phù phép, cần sự giúp đỡ từ bên ngoài mà thường là một hoàng tử hay hiệp sĩ. Nguyên mẫu thiếu nữ gặp nạn không nên hiểu đơn thuần ám chỉ đến phụ nữ như là những người yếu đuối cần bảo vệ. Nguyên mẫu này còn tượng trưng cho vẻ đẹp về thể xác và tinh thần

trong mỗi câu chuyện và trong chính bản thân mỗi con người. Tinh thần tượng trưng cho cái đẹp gặp vấn nạn đau khổ bên trong thể xác, cần sự đánh thức từ bên ngoài. Và khi đã được đánh thức, cần học cách để kích hoạt và chuyển hoá Nguyên mẫu này. Ở mặt tối, Nguyên mẫu thiếu nữ gặp nạn trở nên lệ thuộc về cảm xúc của người xung quanh, không có tự chủ, không thể chấp nhận cảm xúc thật của bản thân, tạo ra những dồn nén bên trong tâm thức. Những vấn nạn đau khổ trong các mối quan hệ có thể được thúc đẩy bởi mặt tối của Nguyên mẫu này, chính vì thế, cần có sự chuyển hoá từ vai trò gặp nạn đến vai trò của người giúp đỡ trên tiến trình phát triển tâm thức.

Về công việc, đây không phải là một Nguyên mẫu tốt. Nó cảnh báo bạn đang quá tự mãn với những thuận lợi trước mắt mà thiếu sự chuẩn bị cho những rủi ro có thể đến bất cứ lúc nào. Mặt khác, Nguyên mẫu cho thấy bạn đang xử lý mọi việc một cách cảm tính trong công việc, bạn cần cân bằng lại. Trường hợp bạn chuẩn bị bắt đầu công việc hay dự án mới, Nguyên mẫu báo hiệu đây là thời điểm thuận lợi, đồng thời bạn sẽ có thêm sự giúp đỡ từ các mối quan hệ thân quen nếu gặp trục trặc, khó khăn khi khởi đầu.

Về tài chính, Nguyên mẫu nhắc nhở bạn trong mọi việc cần phải có sự cân bằng giữa lợi ích và tình cảm. Sự tính toán hơn thua quá đáng sẽ dẫn đến sứt mẻ tình cảm giữa đối tác, đồng nghiệp, người thân, v.v. Mặt khác, nếu bạn đang có rắc rối về tài chính thì Nguyên mẫu báo hiệu vấn đề này sẽ được giải quyết nhờ vào sự giúp đỡ của các mối quan hệ thân quen. Và trong mọi việc, bạn cũng không nên quá cầu toàn, vì có đôi khi hao tổn trước mắt sẽ đem lại lợi ích lâu dài.

Về vấn đề tình yêu, đây là Nguyên mẫu tốt. Nếu bạn muốn bắt đầu một mối quan hệ mới thì còn lúc nào hơn lúc này đâu? Còn trong mối quan hệ, mọi trục trặc đều có thể giải quyết được bằng tình cảm, sự thương yêu, cảm thông với nhau. Điều quan trọng là bạn phải mở lòng để người kia có thể thấu hiểu được bạn, và ngược lại. Trong vấn đề vợ chồng, Nguyên mẫu khuyên bạn cần phải có sự tin tưởng vào người bạn đời của mình, đừng vì những lời gió bay mà gây ra cảnh ghen tuông khiến cả hai đều đau khổ, chán chường.

Từ khóa: Tình yêu, sự phản chiếu, hài hòa; tình bạn, hòa thuận, thông cảm, chân thành; đạt được những điều vui vẻ trong cuộc sống; ngược lại, là những ham muốn quá mức, say mê quá độ, khờ dại, khao khát, hành động ngốc nghếch.

38 - NGUYÊN MẪU KỸ NỮ (PROSTITUTE ARCHETYPE)

"Tình bạn xuất phát từ trái tim không thể bị nghịch cảnh đóng băng, cũng như nước chảy từ con suối không thể bị đông lại trong mùa đông" - James Fenimore Cooper

Nguyên mẫu gái mại dâm, gái điếm hay kỹ nữ, thanh lâu nữ xuất hiện trong các câu chuyện cổ với hình ảnh một nạn nhân tài hoa, người bán đi danh dự của bản thân. Bản thân họ xuất hiện với biểu tượng của tính dục của con người. Nhưng trong các câu chuyện cổ Nhật Bản, các vị Bồ Tát lại xuất hiện dưới hình dáng kỹ nữ để cứu độ chúng sinh, thúc đẩy họ hướng đến sự giác ngộ khi nhìn thấy được bản chất thực sự của tính dục thế gian

là những ảo ảnh của ham muốn đầy vô thường. Đây cũng mức độ sâu sắc khi Nguyên mẫu gái mại dâm mang theo trái tim của thần thánh, họ mang theo sự cân bằng năng lượng tính dục, chữa lành những nỗi đau trần thế, và thúc đẩy những người khao khát họ hướng để sự phúc lạc bên trong, sự an vui khi thức tỉnh.

Về công việc, Nguyên mẫu chỉ rõ công việc thuận lợi thành công một cách nhanh chóng và bất ngờ. Những phần việc gây cản trở, khó khăn lúc trước thì nay được giải quyết trọn vẹn. Nếu là lúc bắt đầu một dự án hay công ty thì đây quả là một Nguyên mẫu may mắn. Những trở ngại nếu có sẽ nhanh chóng được giải quyết, và công việc sẽ diễn tiến nhanh hơn mong đợi của mọi người. Thậm chí việc đàm phán cũng nên được suy nghĩ mà thực hiện trong thời điểm này. Nếu đang thực hiện việc kêu gọi vốn hay đề nghị đầu tư thì đây là cơ hội không thể bỏ qua. Nguyên mẫu còn ám chỉ việc bạn được thăng tiến về địa vị hay quyền lợi.

Về tài chính, Nguyên mẫu là hình ảnh tích cực Về tài chính. Mọi xung đột Về tài chính, hay mất mát tiền bạc trước đó được bù đắp trong giai đoạn này. Những phần tiền tưởng mất đi có thể được có lại. Chi tiêu có thể sẽ trôi chảy, và những thứ bạn chọn để chi tiêu đều rất hợp lý. Đừng ngại ngùng chi tiền cho những cuộc vui nếu bạn thấy không có trở ngại gì. Những cuộc vui đám đông có thể mang lại cho bạn nhiều mối quan hệ tốt và thuận lợi sau này.

Về tình yêu, vợ chồng, Nguyên mẫu hiếm hoi thế

hiện sự hòa thuận tình yêu ở mức cao. Những mâu thuẫn trước đó từ các vấn đề sẽ được giải quyết trong thời kỳ này. Vì tiền bạc được thông suốt, hãy dành ra một ít để tổ chức một kỳ trăng mật để nung ấm tình cảm. Những rắc rối từ phía bạn bè của đối phương cũng có thể được giải quyết nhanh chóng. Nếu tỏ tình thì đây là cơ hội ngàn năm có một cho bạn.

Từ khóa: Sự dư dật, kết luận, hoàn hảo, niềm vui, hạnh phúc, chiến thắng, hoàn thành, niềm an ủi, chữa bệnh, chóng vánh, công văn, thành tích; sự cảnh giác, mạo hiểm trong kinh doanh.

39 - NGUYÊN MẪU NHÀ BIÊN CHÉP (SCRIBER ARCHETYPE)

"Đã đến lúc phải từ bỏ lối chờ đợi những quà tặng bất ngờ của cuộc sống, và phải tự mình làm nên cuộc sống" - Lev Tolstoi

Nguyên mẫu nhà biên chép, nhà sử ký, nhà thủ đền, nhà thủ thư viện, nhà chép sử, người ghi chép xuất hiện trong thần thoại với hình ảnh những vị tư tế ghi chép lại những lời giảng của các nhà tiên tri với sự chọn lọc sâu sắc, để truyền bá cho người khác. Dù không biến đổi tạo ra cái mới, nhưng tinh thần của người ghi chép lại sự phản ánh trung thực nhất những thông tin mà họ thu nhận được. Hình ảnh hiện đại thường được liên tưởng đến người ghi chép chính là các nhà báo, phóng viên hay những người lưu trữ tài liệu ẩn danh trên mạng Internet chia sẻ thông

tin, tri thức cho những người khác. Nguồn năng lượng của người ghi chép đưa đến khả năng suy tư để giúp bạn khám phá được sự thật, cũng như khả năng phán đoán với trực giác trước những thông tin mơ hồ. Mặt tối của Nguyên mẫu này chính là việc bóp méo sự thật với bản thân và người khác, dẫn đến sự lạc lối trong thông tin; hay cảm xúc bất mãn chất chứa nhưng lại không dám viết lên hay nói ra sự thật.

Về công việc, Nguyên mẫu thường cho thấy bạn đang đứng trước sự thay đổi mới, hoặc cơ hội mới. Tuy nhiên, cơ hội đưa đến này vẫn có điều gì đó chưa rõ, và bạn nên suy xét cẩn thận. Ở khía cạnh khác, đây không phải là thời điểm tốt để bạn chuyển đổi hoặc bắt đầu công việc hay dự án mới, bởi vì có những điều bạn cần phải xem xét, rà soát lại trong kế hoạch của mình để tránh những rắc rối về lâu dài. Với Nguyên mẫu này, bạn nên hành động chậm rãi và chắc chắn.

Về vấn đề tài chính, đây là thời gian sẽ có những lợi ích, hoặc một số tiền đưa lại cho bạn thông qua những mối quan hệ thân tình. Tuy nhiên, bạn cần phải đắn đo cân nhắc thật kỹ trước khi nhận chúng. Sự vội vàng không phù hợp trong thời điểm này. Trường hợp bạn dự tính vay mượn hoặc cho ai đó vay mượn, Nguyên mẫu cho thấy tiềm lực tài chính của bạn vẫn ổn, không cần phải mượn thêm bên ngoài. Còn về chuyện cho vay, nếu không thể từ chối được, hãy cho người kia mượn một phần so với khoản tiền mong muốn.

Về vấn đề tình yêu, đây không phải là một thời điểm thích hợp để bạn bắt đầu một mối quan hệ, cho dù đang có cơ hội mở ra với bạn. Điều bạn nên làm là nên xem xét bản thân lúc này có sẵn sàng để bước vào mối quan hệ mới không. Về vấn đề vợ chồng, Nguyên mẫu diễn tả một sự im lặng bế tắc. Cả hai đang cố tìm hiểu nhau như mọi thứ không được như ý. Nguyên mẫu nhắc bạn đây là thời gian để bạn chiêm nghiệm xem xét lại chặng đường đã đi qua, trước khi đối mặt và giải quyết các vấn đề của hai vợ chồng.

Từ khóa: Sự buồn chán, không hài lòng với hoàn cảnh hiện tại; Nguyên mẫu của sự suy niệm; mệt mỏi, chán ghét, sự kết thúc được báo hiệu trước cho thành quả và dư dật đã có, sự bất mãn, không vừa ý; ngược lại, báo hiệu mối quan hệ mới, dự cảm cho tương lai, sự tương phản và đối lập.

40 - NGUYÊN MẪU THẦY PHÁP (SHAMAN ARCHETYPE)

"Can đảm đôi khi chẳng có gì khác hơn ngoài việc sẵn lòng từ bỏ những điều quen thuộc" - Raymond Lindquist

Nguyên mẫu thầy pháp, pháp sư, thầy phù thuỷ tượng trưng cho người lột xác từ nỗi đau thất vọng, để nắm giữ sức mạnh tinh thần, hay các tri thức huyền bí. Tri thức mà Nguyên mẫu này đón nhận đến từ sự trao truyền thần bí như sức mạnh kết nối với tự nhiên, hay đến các linh cảm trong giấc mơ. Từ đó, phù thuỷ ánh sáng sử dụng sức mạnh để dẫn dắt tâm linh người khác kết nối với tự nhiên, chữa lành cho người khác. Mặt khác,

phù thuỷ bóng tối bị nỗi đau làm chủ trở thành kẻ phụng sự cho cái dữ, sử dụng tri thức để gây bất lợi cho kẻ khác. Để hoàn toàn kích hoạt Nguyên mẫu này, cần chấp nhận bước vào ngọn lửa của nỗi đau, bị thiêu cháy và tái sinh với ánh sáng bên trong.

Về vấn đề công việc, đây là một Nguyên mẫu trong xấu có tốt. Nguyên mẫu hàm ý công việc của bạn đang hoặc sẽ có trục trặc khiến bạn phải đau khổ. Tuy nhiên, những khó khăn sẽ qua đi rất nhanh khi bạn làm chủ cảm xúc và sử dụng chúng như nguồn sức mạnh lớn, thì con đường phía trước tuy không ngắn nhưng bạn đã thấy được mình phải làm gì. Nên cẩn trọng với những kế hoạch công việc, dự án mà bạn đang và sẽ thực hiện trong thời gian này.

Về vấn đề tài chính, bạn nên cẩn thận với những tranh cãi, mất mát, buồn phiền liên quan đến tiền bạc trong thời gian này. Nguyên mẫu khuyên bạn nên ngừng đúng lúc, đừng vì cái lợi trước mắt mà làm ảnh hưởng đến mối quan hệ thân tình lâu dài vì niềm tin mất đi khó có thể lấy lại được, còn tiền bạc mất đi thì vẫn có thể kiếm lại được. Phải nhớ là phía sau chữ "tiền" còn có chữ "bạc", nếu cố chấp vì tiền mà không từ thủ đoạn thì sớm muộn cũng chẳng có kết cục tốt đẹp.

Về tình yêu, Nguyên mẫu cho thấy bản thân bạn thời điểm này vẫn chưa sẵn sàng bước vào một mối quan hệ mới vì bạn vẫn còn ôm trong lòng những tình cảm, cũng như vết thương cũ. Trong mối quan hệ tình yêu, bạn phải hiểu một điều, khi người ta không yêu mình thì tất cả những gì bạn làm chỉ là dư thừa, trái tim người đã quyết chí ra đi là thứ cứng rắn nhất trên đời.

Tình yêu không có đúng hay sai, chỉ là còn yêu nhau hay không? Hết yêu, người ta sẽ tặng bạn trăm ngàn lý do để chia tay. Có những lúc, bạn cần phải chấp nhận đau khổ để trưởng thành. Về vợ chồng, hôn nhân là sự gắn kết thiêng liêng chứ không phải là trò chơi bố mẹ như thủa thơ ngây. Dù giận nhau đến đâu, bạn cũng đừng nói gì khờ dại khiến mọi chuyện tồi tệ.

Từ khóa: Sự mất mát, cái chết, sự thất vọng sau cuộc vui; sự thừa kế, di sản, sự truyền thừa không như ý; sự thống nhất, kết hôn; quà tặng, thành công táo bạo; lòng tốt được đền đáp; tin tức, liên minh, mối quan hệ bà con, sự trở lại, các dự án sai lầm.

41- NGUYÊN MẪU THI SĨ (POET ARCHETYPE)

"Nỗi buồn là di sản của quá khứ; sự nuối tiếc là nỗi đau của ký ức"
- Khuyết danh

Nguyên mẫu nhà thơ, người làm thơ, người đọc thơ, người trình diễn thơ, có mối quan hệ mật thiết với hình ảnh nghệ sĩ. Nhà thơ là người đi tìm kiếm cái đẹp mang tính chất chân, thiện, mỹ trong đời sống con người và tự nhiên. Phép màu của nhà thơ là ngôn từ, họ sử dụng ngôn từ để khuấy động đời sống ảm đạm của linh hồn con người. Thi ca của nhà thơ chính màu sắc cho bức tranh tâm hồn, nó thôi thúc con người cảm nhận và hướng đến  cái đẹp. Ở mặt tối, nhà thơ sử dụng sức mạnh của chính để phục vụ cái ác, vì lợi ích bản thân; hay sử dụng tài năng của bản thân để thao túng, lợi dụng cảm xúc tình cảm của người khác. Kích hoạt Nguyên mẫu thi sĩ mang đến cho bạn sự lãng mạn, nhạy cảm, hướng đến cái đẹp để tận hưởng cuộc sống.

Về công việc: Nguyên mẫu chắc chắn không phải là một điều may mắn cho công việc. Công việc hay dự án của bạn đang rơi vào hoàn cảnh mới. Một vài lý do có thể kể ra như mất việc làm, công ty sa thải, tinh giản biên chế, hoặc công ty phải đổi địa điểm, đổi vị trí công việc... Vấn đề là những thay đổi này theo chiều hướng tệ đi. Bạn có xu hướng rơi vào trạng thái nuối tiếc cái cũ, những kỷ niệm và hoàn cảnh cũ. Lời khuyên là cố gắng tìm kiếm cơ hội trong vai trò mới, thay vì tiếc nuối, hãy tiến lên.

Về tài chính: Những món tiền trợ cấp hằng tháng sẽ sớm biến mất, những lợi nhuận từ các mối quan hệ cũ sẽ sớm không còn. Vấn đề túng thiếu có thể xảy ra, nhưng Nguyên mẫu cho rằng không quá nghiêm trọng. Nhưng bạn chắc chắn không hài lòng về hoàn cảnh này. Bạn nên bắt đầu cho kế hoạch chi tiêu mới và kế hoạch đầu tư mới cho tương lai. Những phương pháp hay hoạch định cũ cần được cập nhật và thay đổi cho phù hợp với hoàn cảnh mới.

Về tình yêu, vợ chồng: Nguyên mẫu mang đến màu sắc tươi sáng hơn cho những người cô đơn. Bạn sẽ sớm gặp được người yêu thương trong mộng. Nếu là người đã ly dị, bạn có thể gặp một người mới phù hợp hoặc quay trở lại với người cũ. Bạn có thể gặp khó khăn lúc ban đầu với những mối quan hệ này, nhưng nó sẽ ổn định và sớm mang lại cho bạn niềm vui. Một hoàn cảnh mới không phải lúc nào cũng xấu.

Từ khóa: Quá khứ, kỷ niệm, nhìn lại, thời thơ ấu, hạnh phúc quá khứ, mối quan hệ mới, kiến thức mới, môi trường mới, khuôn viên không quen thuộc; tương lai, đổi mới, vượt qua hiện nay.

42 - NGUYÊN MẪU HOÀNG TỬ (PRINCE ARCHETYPE)

"Có một số người sống trong thế giới mộng mơ, và có một số người đương đầu với thực tế, và rồi có những người biến thế giới mộng mơ thành hiện thực" - Douglas H. Everertt

Nguyên mẫu hoàng tử thường được liên kết với tính chất về tiềm năng của người thủ lĩnh hay lãnh đạo, cũng như được thừa kế về tài năng, di sản vật chất và tinh thần của vị vua cha. Vị hoàng tử mang theo nhiều tài năng trong các lĩnh vực khác nhau, nhưng để thăng hoa trọn vẹn thì Nguyên mẫu này cần được kích hoạt thông qua các thử thách, nghịch cảnh như mất mát, phản bội. Trong các câu chuyện cổ tích, các vị hoàng tử thường lên đường để bắt đầu chuyến phiêu lưu, chiến đấu với quái vật và giải cứu những người đau khổ, rồi nhận được phần thưởng. Mặt tối của Nguyên mẫu này chính là sự thuận lợi và tiềm năng được thừa kế tạo nên chướng ngại trong việc phát triển tinh thần của Nguyên mẫu này; đôi khi, Nguyên mẫu này bị lôi kéo bởi tham vọng quyền lực huyễn hoặc khiến con người trở nên biến chất, hay thành công không kéo dài.

Về công việc, đây là một Nguyên mẫu của sự ảo tưởng. Cho dù bạn chuẩn bị tìm việc, hoặc đang làm hay là chuẩn bị một dự án mới, thì điều cần thiết cho bạn là nên tìm về thực tại để lên kế hoạch cho công việc của mình, nhất là phương án để đối phó với trục trặc có thể xảy ra bất ngờ. Ảo tưởng một tương lai thành công với nhiều thứ hấp dẫn sẽ khiến bạn mụ mị đi, và dần dần thiếu nhạy bén trước những nguy cơ có thể đang đến gần. Nguy cơ bao gồm nguy hiểm và cơ hội, sự tỉnh táo bén nhọn sẽ giúp ta đương đầu với giông tố và nắm lấy cơ hội trong tay.

Về tài chính, hãy cẩn thận với lòng tham của bạn. Nguyên mẫu đang cho thấy bạn có nhiều mối lợi ích gắn liền với những mối quan hệ. Nếu bạn chỉ ích kỷ muốn gom hết về phía mình thì sự đổ vỡ mối quan hệ là điều hiển nhiên. Hãy lấy phần dành cho bản thân và chối từ phần không phải của mình, dù chẳng ai biết nếu bạn lấy. Trong thời gian này, hãy thận trọng với những nhu cầu tài chính cũng như những lời ngỏ cộng tác hay vay mượn tài chính.

Về tình cảm, Nguyên mẫu thể hiện sự bối rối, lẫn lộn, ảo tưởng trong tình cảm của bạn ở giai đoạn này. Vì vậy, dù bạn đã yêu hoặc đang muốn tìm người yêu thì cũng nên suy nghĩ thật kỹ, rằng bạn muốn gì trước khi có quyết định hay hành động trong thời gian này. Trong chuyện tình cảm gia đình, thay vì suy tưởng quá nhiều thứ trong đầu thì bạn và bạn đời của mình nên ngồi lại và bắt đầu nói gì đó để khơi thông nguồn cảm xúc đang dồn nén trong lòng.

Từ khóa: Sự thành công, huyễn hoặc, phản chiếu, dự án; tình cảm, chọn lựa, ảo tưởng; sự thành công không kéo dài do lười biếng, hưởng thụ dục vọng; mưu trí trong cuộc chiến; bê tha, ham muốn, tính ích kỷ trong tình yêu và tình bạn; gian dối, lời hứa chưa được thực hiện; bạo hành phụ nữ; quyết định.

43 - NGUYÊN MẪU NHÀ TÌM KIẾM (SEEKER ARCHETYPE)

"Khi sống sung túc, phẩm hạnh lớn nhất là sự điều độ; Khi gặp tai họa, phẩm hạnh lớn nhất là sự kiên cường" - Raymond Lindquist

Nguyên mẫu người tìm kiếm, nhà thám hiểm, người do thám, người tìm hiểu, người tò mò xuất hiện trong tất cả mọi thời đại của con người, ai trong chúng ta cũng mang năng lượng của người tìm kiếm ở mức độ khác nhau. Có người tìm kiếm đến với sự thành công trần thế và tri thức thế gian, nhưng ở mức độ khác lại là sự từ bỏ thành công vật chất đang có để hướng đến sự thức tỉnh về mặt tâm linh, đó là trí tuệ và sự thật. Mặt tối của Nguyên mẫu người

tìm kiếm chính là sự lạc lối, như linh hồn đi lang thang trong mê cung không có phương hướng cố định, họ quên mất mục tiêu thật sự của bản thân, mượn mục tiêu của người khác trở thành mục tiêu của mình. Để kích hoạt Nguyên mẫu này, bạn cần vượt qua những rào cản về nhận thức hằng ngày, tự vấn bản thân về sự khao khát kiếm tìm sâu thẳm nhất.

Về công việc: Một quãng thời gian dài đầu tư cho công việc, dù mang lại những thành quả to lớn nhưng vẫn không thỏa mãn được những điều cần tìm kiếm. Đôi khi những thành quả to lớn trong mắt người khác lại không phải là thành quả mà ta thật sự muốn hướng đến. Nên bắt đầu suy nghĩ về việc tìm hướng đi mới trong công việc, một khởi đầu đầu tư mới, một bước ngoặt hoặc cái nhìn mới. Chịu từ bỏ những cung cách cũ để đạt thành quả mới. Người ta hay có xu hướng thỏa mãn với những thành quả hiện tại mà ít khi chịu thay đổi. Nguyên mẫu nhắc nhớ những ước vọng lớn lao còn bị bỏ quên trong quá khứ, nay có dịp để thực hiện.

Về tài chính: Tiền bạc dư dả trong thời điểm này là cơ hội cho những lần đầu tư mới. Tiền bạc ổn định là đặc tính của Nguyên mẫu này. Nó nhắc ta sử dụng tiền bạc một cách hữu ích theo cách mới, hơn là đầu tư và chi tiêu vào những thứ lâu nay vẫn làm. Việc vay mượn trong thời kỳ này nhìn chung thuận lợi, cho dù có vẻ mạo hiểm. Nếu có ai đó gợi ý việc kinh doanh hay gợi ý những ý tưởng làm ra tiền thì đây là lúc bắt tay vào việc. Sự chán nản hay sự từ bỏ theo hướng thất bại không nằm ở Nguyên mẫu này. Nhưng việc quyên góp từ thiện hay đóng góp xã hội là một gợi ý không tối.

Về tình yêu, vợ chồng: Chuyện tình yêu bắt đầu vào thời kỳ nhàm chán nếu bạn đang có cuộc tình tươi đẹp. Nếu bạn đang thời kỳ dò xét hay thử thách, Nguyên mẫu cho thấy lòng tin đang bị lung lay. Trong nhiều trường hợp, Nguyên mẫu không cho thấy sự thất bại rạch ròi, hoặc thắng lợi nhất thời. Nó chỉ cho thấy sự không phù hợp về mặt lý tưởng của bạn. Hãy soi rõ mối quan hệ, xác định rõ điều mình muốn và cần. Đôi khi người ta hay lầm lẫn thứ người ta muốn và thứ thật sự mang lại hạnh phúc.

Từ khóa: Thành tựu tạm thời; sự trì trệ, chán nản, từ bỏ những thành công về mặt vật chất để hướng đến mục tiêu cao hơn; hành trình, du hành; sự khốn khổ không rõ nguyên nhân, sự bất ổn, chuyến đi không mục đích, mắc kẹt, nản lòng.

44 - NGUYÊN MẪU NGƯỜI ÁI KỶ (NARCISSIST ARCHETYPE)

"Một cuộc sống trong nhung lụa làm cho cả những tâm hồn mạnh mẽ nhất cũng trở nên phù phiếm" - Edward Bulwer Lytton

Nguyên mẫu người ái kỷ, kẻ tự ái kỷ xuất hiện với sự phản chiếu hình ảnh của bản thân, thông qua gương hay cái bóng trong dòng nước. Ở mức độ cơ bản, Nguyên mẫu này mang lại sự tự thoả mãn, tự yêu thương bản thân, tự quan tâm bản thân. Nhưng ở mức độ thấp hơn, sự chú tâm vào bản thân cực đoan khiến người mang năng lượng Nguyên mẫu này không chú ý đến nhu cầu thiết yếu của người khác, có xu hướng vì lợi ích bản thân mà bỏ qua người khác. Mức độ cao nhất, chính là yêu thương người khác như là yêu thương chính mình. Năng lượng rung động ở tầng số này đưa đến hành động cho đi với

niềm phúc lạc đủ đầy bên trong. Cách để kích hoạt tinh thần và không bị lạc lối, chính là chấp nhận quan tâm bản thân và người khác một cách cân bằng.

Về công việc, đây là một Nguyên mẫu tốt. Nó cho thấy sự thành công, hài lòng của bạn khi mọi thứ trở nên thuận lợi và suôn sẻ hơn. Nếu bạn đang chuẩn bị tìm kiếm một công việc hoặc đang chuẩn bị có thay đổi thì đây là một thời điểm tốt. Tuy nhiên, nếu bạn đang làm việc thì Nguyên mẫu báo hiệu hai sự kiện: Một là sẽ có nhiều cơ hội đến với bạn, và bạn cần suy nghĩ trước khi lựa chọn; thứ hai, có nhiều việc dồn dập diễn ra và bạn không thể cáng đáng mọi thứ một mình, bạn sẽ cần đến sự giúp đỡ của đồng nghiệp.

Về tài chính, bạn sẽ không phải lo lắng gì về nguồn tiền của bản thân trong thời gian sắp tới. Tuy nhiên, bạn cần phải biết cách chi tiêu một cách hợp lý chứ không phải là phung phí vào những việc không cần thiết, vô bổ. Mặt khác, nếu bạn muốn đầu tư tiền bạc vào nhiều lĩnh vực cùng một lúc thì bạn cần phải cân nhắc lại kế hoạch của mình, vì giai đoạn này bạn phải tự biết vừa đủ và lượng sức chứ không nên quá tham lam.

Về tình yêu, nếu bạn vẫn chưa có người yêu, thì đây không phải là thời điểm tốt để bạn bước vào một mối quan hệ mới. Bạn chưa sẵn sàng. Trong trường hợp bạn đang có một mối quan hệ, thì Nguyên mẫu diễn tả một sự ích kỷ, sự vô tâm hờ hững chỉ biết thỏa mãn bản thân. Bạn cần phải quan tâm đến cảm xúc của người yêu bạn hơn, hoặc ngược lại. Trong mối quan hệ vợ chồng, Nguyên mẫu nhắc nhở bạn cần quan tâm đến cảm xúc của đối phương nhiều, hãy chia sẻ và thấu hiểu nhau nhiều hơn.

Từ khóa: Hạnh phúc, thỏa mãn, tự mãn; niềm vui, thành công, khắc phục khó khăn, chiến thắng; sự thật, lỗi lầm, thiếu hoàn thiện, sự phù phiếm; dễ bị lường gạt.

45 - NGUYÊN MẪU THIÊN THẦN (ANGEL ARCHETYPE)

"Những say mê của con người có 3 nguồn gốc: Tâm hồn, trí tuệ và thể xác. Sự say mê tâm hồn làm nảy sinh tình bạn. Sự say mê trí tuệ sinh ra lòng kính trọng. Sự say mê thể xác làm phát sinh lòng ham muốn. Tổng hợp các sự say mê đó chính là tình yêu" - Danh ngôn Ấn Độ

Nguyên mẫu thiên thần xuất hiện trong hầu hết các truyền thống văn hoá tôn giáo, đó có thể là thiên thần tượng trưng cho ánh sáng và là sứ giả giữa con người và thần thánh; hoặc các bà tiên xuất hiện trong các câu truyện cổ tích. Nguyên mẫu Thiên Thần xuất hiện để giúp đỡ về khía cạnh tinh thần, thúc đẩy và đồng hành cùng những người đang gặp vấn đề khó khăn đau khổ, để tự bản thân họ đứng dậy để tự nhận thức và chuyển hoá.

Tượng trưng cho ánh sáng để soi sáng những người xung quanh, giúp cho họ an toàn, nhìn thấy được chính bản thân, sứ mệnh của chính họ. Thiên thần tượng trưng cho những phẩm chất tốt đẹp của con người như yêu thương, dũng cảm. Mặt khác, phần tối của Nguyên mẫu thiên thần chính là bóng tối bên trong; nghĩa là, bên ngoài những người bị chi phối bởi mặt tối của Nguyên mẫu thiên thần vẫn hành động giúp đỡ người khác, nhưng hành động bị chi phối bởi những cảm xúc tiêu cực như tham lam, thù hận với khao khát mong muốn thông qua sự giúp đỡ để kiểm soát và thao túng người khác, khiến họ phải lệ thuộc vào hành động giúp đỡ của mình.

Về công việc, đây là một Nguyên mẫu tốt. Nó thể hiện sự viên mãn để chuẩn bị bước sang một giai đoạn mới. Đây là thời điểm tốt để bắt đầu sự tìm kiếm công việc mới, cũng như bắt đầu vào những kế hoạch, dự án mới. Tuy nhiên, bạn cũng nên có sự chuẩn bị trước vì đây là Nguyên mẫu của sự hoàn thành, sau đó sẽ có sự chuyển đổi của chu trình, có thể trước mắt mọi thứ đang thuận lợi, nhưng bạn vẫn nên có sự chuẩn bị cho những ngày giông tố có thể đột ngột đến.

Về tài chính, Nguyên mẫu mang đến những dấu hiệu tốt Về tài chính. Bạn sẽ không phải suy nghĩ quá nhiều về tài chính trong quãng thời gian này. Đôi lúc, bạn còn có thể nhận được sự ủng hộ tài chính từ phía gia đình, hoặc những người thân quen của bạn. Tuy nhiên, đây lại không phải là lúc đầu tư, hay bỏ tiền vào quá nhiều lĩnh vực khác nhau. Vì bạn cần phải tính toán, suy xét kỹ lưỡng thêm một thời gian nữa.

Về tình yêu, hãy cẩn thận khi bạn bắt đầu mối quan hệ bị chìm đắm trong cơn bão cảm xúc. Vì khi nó qua đi, thì chỉ để lại sự hoang tàn chán ngán. Lời khuyên cho bạn là không nên quá vội vàng quyết định gì quá sớm, hay vội vã phá rào. Hãy chờ đợi khi những cảm xúc trong cơn bão qua đi, bạn mới có thể nhìn thấy mọi thứ rõ ràng. Về chuyện vợ chồng, một đứa trẻ ra đời vào thời điểm này sẽ mang lại nhiều may mắn cho gia đình bạn.

Từ khóa: Thành công trọn vẹn, an toàn, bền vững; sự an bình, hạnh phúc đích thực; lòng nhân ái, sự kính mến, đức hạnh, mãn nguyện về tình cảm; sự tranh chấp, xung đột, khác biệt.

46 - NGUYÊN MẪU DƯỢC SĨ (PHARMACIST ARCHETYPE)

"Biết lo toan chu đáo công việc nhỏ mọn với tầm mắt xa rộng, đó là bí quyết để mưu đồ đại sự" - Ngạn ngữ Trung Quốc

Nguyên mẫu dược sĩ, thầy thuốc hay người chữa lành vết thương gợi lên những ý tưởng về sự chăm sóc, trị liệu về những tổn thương của cơ thể. Nhưng sâu xa hơn, Nguyên mẫu này mang theo tinh thần chữa lành liên quan đến tâm trí và tinh thần. Nguyên mẫu này không giới hạn ở những người làm công việc chăm sóc hay trị liệu cho người khác, nó còn được biểu hiện khi chúng ta hành động giúp đỡ cho những người đau khổ, về thể xác lẫn tâm trí, cùng họ tháo gỡ khó khăn, hướng đến sự an lành tinh thần. Con đường Nguyên mẫu này là

hai chiều, một mặt giúp đỡ người bên ngoài, một mặt còn lại là bước vào bên trong để tự chữa lành chính bản thân mình. Khi bạn hoàn toàn kích hoạt Nguyên mẫu này, bạn sẽ mang đến nguồn năng lượng rung động và truyền cảm hứng cho người khác, thúc đẩy họ tìm kiếm bên trong và hướng đến sự chữa lành. Mặt tối của Nguyên mẫu này, chính là thiếu vắng sự yêu thương dẫn đến việc muốn thao túng người khác, khiến họ phải phụ thuộc vào nguồn năng lượng tinh thần từ Nguyên mẫu này, để thoả mãn nhu cầu của cái tôi.

Về công việc: Một mặt Nguyên mẫu cho rằng công việc của bạn đang tiến triển tốt và nhanh. Công việc đã đi vào ổn định. Công việc kinh doanh thật sự đã phát triển cực thịnh trong thời gian tới. Tuy nhiên, nó cũng cảnh báo rằng bạn hoặc công ty đang rơi vào cảnh tham công tiếc việc, và đẩy mọi thứ đi quá nhanh. Công ty và dự án đang ngập chìm trong bận rộn và dường như đang nhận làm sản phẩm nhiều hơn khả năng. Những quyết định được bạn đưa ra ngày càng thiếu đi tình người và chỉ chăm chăm lo cho sự nghiệp và công việc. Việc đặt tiền bạc và sự nghiệp lên trước hết mọi thứ hiện tại có thể làm bạn thỏa mãn, nhưng về lâu dài nó sẽ hủy hoại cuộc sống của bạn. Lời khuyên là hãy giãn việc cho công ty, tăng phúc lợi cho người lao động, tránh ôm đồm quá nhiều công việc cùng một lúc.

Về tài chính: Nguyên mẫu là sự thuận lợi cho túi tiền của bạn. Bạn quá bận rộn cho việc kiếm tiền và hiện rất thành công. Tuy nhiên, guồng máy nhanh chóng đó đang nuốt chửng bạn. Giống như công việc, bạn xử sự ngày càng ít tình người hơn. Nếu đang cho vay, hãy thư thả lại cho những trường hợp khó khăn. Hãy tái đầu tư vừa phải và dành cho bản thân và những người xung quanh một chút thư thả bằng số tiền kếch xù mà bạn kiếm được. Lời khuyên là hãy bắt đầu biết tặng những món quà hay lợi ích nhỏ dành cho những người liên quan đến công việc của bạn.

Về tình yêu, vợ chồng: Tương tự vấn đề gia đình, việc bạn quá chú tâm vào công việc, thậm chí bất chấp mọi thứ để đạt được thành tựu trong sự nghiệp có thể phá hủy thành quả trong tình yêu. Bạn có thể đạt được trọn vẹn hơn nếu biết cân bằng các vấn đề của cuộc sống. Nguyên mẫu cũng cảnh báo những mối liên hệ lợi dụng giữa việc kinh doanh và tình cảm. Cẩn thận nếu bạn thấy mình đang trong hoàn cảnh đó, bạn đang rơi vào một toan tính sai lầm đấy.

Từ khóa: Hiếu học, tin tức, tin nhắn, ứng dụng, phản ánh, thiền định, kết nối với kinh doanh; hương vị, thiếu kiên định, phụ thuộc, dụ dỗ, lừa dối, xảo trá.

47 - NGUYÊN MẪU GIẢNG SƯ (ENSEIGNER ARCHETYPE)

"Chỉ có nhiệt tình, nhiệt tình hết mức mới có thể làm cho tâm hồn thăng hoa" - Diderot

Nguyên mẫu người thầy, nhà giáo dục, giáo viên, giảng viên, tổ sư, giảng sư thường đi cùng những phẩm tính liên quan đến sự hướng dẫn, đánh thức tiềm năng, nắm giữ kiến thức và cho đi kiến thức, kinh nghiệm, kỹ năng thông qua khả năng giảng dạy. Năng lực của Nguyên mẫu người thầy không phải là nhai lại những điều cũ, mà làm mới những điều cũ, đồng thời truyền cảm hứng say mê khám phá thế giới, và khám phá bản tiềm  năng của bản thân cho người học trò. Nguyên mẫu người thầy không chỉ xuất hiện trong trường học mà còn xuất hiện bất kì lĩnh vực nào trong xã hội, nơi có sự truyền trao kiến thức giữa các thế hệ khác nhau. Ở mặt tối, Nguyên mẫu người thầy truyền dạy nhưng lại có sự thao túng tinh thần cảm xúc của người học trò, hay truyền dạy trong sự che giấu, hoặc truyền dạy những tri thức nguy hiểm đưa đến sự hỗn loạn.

Về công việc, đây không phải là một thời điểm tốt. Sự chi phối của cảm xúc sẽ làm cho bạn thiếu đi sự suy xét cẩn thận. Không thể vì viễn cảnh tươi đẹp mà người khác vẽ ra trước mắt bạn mà bạn chìm đắm trong cảm giác thành công, vì muốn đạt được những điều đó bạn phải đổ mồ hôi, nước mắt. Hai thứ ấy mới là chân thật, mới không dối lừa bạn. Dù bạn đang làm gì, thì thời điểm này hãy gạt những cảm xúc sang hết một bên, hãy dùng óc lý trí của mình để lập nên một bản kế hoạch cụ thể cho bản thân.

Về tài chính, cái mà bạn theo đuổi là cảm giác mới lạ. Vì vậy, trước khi quyết định chi tiêu vào một thứ gì, đừng vì cảm giác thích thú nhất, vì bạn sẽ cảm thấy chán nếu nó không có ích lợi thiết thực. Mặt khác, thời điểm sắp tới bạn sẽ có nhiều rắc rối liên quan đến công việc, gia đình khiến bạn bắt buộc phải chi tiền ra. Vì vậy, bạn nên chuẩn bị tinh thần từ thời điểm này. Song, đôi lúc Nguyên mẫu ám chỉ đến một khoản tiền được người phương xa đưa lại.

Về tình yêu, sự thất thường trong tính cách đôi khi lại là một nguyên nhân chính yếu khiến bạn vẫn chưa tìm được ai. Ngay cả trong một mối quan hệ thì điều này cũng sẽ khiến mối quan hệ gặp trục trặc lớn. Cần có một sự điều chỉnh, cân bằng cảm xúc bên trong. Về gia đình, đôi lúc Nguyên mẫu hàm ý về một cuộc hôn nhân không như nguyện. Mặt khác, Nguyên mẫu nhắc nhở bạn nên tránh to tiếng với bạn đời của mình. Hãy im lặng, vì sự cãi vã qua lại sẽ làm mọi việc đi xa hơn. Thêm vào đó, Nguyên mẫu cảnh báo bạn có thể đang quan tâm con cái mình quá mức khiến chúng trở nên thiếu nhạy bén với mọi thứ xung quanh.

Từ khóa: Chuyến đi, tiếp cận, sự xuất hiện của một sứ giả; giải pháp, đề xuất, lời mời, khuyến nghị; lợi ích, hài lòng, món tiền bất ngờ; sự trì trệ lười biếng, lợi dụng lòng tin, mưu mẹo, xảo quyệt.

48 - NGUYÊN MẪU NHÀ CỐ VẤN (MENTOR ARCHETYPE)

"Tình yêu là một tình cảm vĩ đại nhất, nó sáng tạo nên những điều kỳ diệu, nó sáng tạo nên những con người mới, nó làm ra những giá trị vĩ đại nhất của con người" - A. Makarenko

Nguyên mẫu người hướng dẫn xuất hiện với vai trò truyền dạy, nhưng không chỉ giới hạn về mặt kiến thức, mà còn là sự hướng dẫn và chia sẻ kinh nghiệm, là nơi mà người học viên trao gửi niềm tin. Năng lượng của Nguyên mẫu này mang theo sự sâu sắc của biển cả, sẽ chậm rãi và thử thách người tìm kiếm tri thức. Nguyên mẫu người hướng dẫn xuất hiện đa dạng trong những khía cạnh của đời sống, từ người hướng dẫn nghề nghiệp, nghệ thuật và kinh doanh; cho đến người hướng dẫn thực hành tâm linh. Ở mặt sáng, Nguyên

mẫu này vừa bao hàm việc trải nghiệm và tích luỹ tri thức, sau đó là chia sẻ chúng theo góc nhìn cá nhân cho người được hướng dẫn. Ở mặt tối, sự hướng dẫn chia sẻ tri thức trở nên độc đoán và muốn sử dụng tri thức như là phương tiện để kiểm soát cảm xúc, thay vì giúp người được hướng dẫn trở nên thông thái, thấu hiểu lại biến họ trở nên lệ thuộc vào kiến thức, tinh thần. Con đường để kích hoạt Nguyên mẫu này, chính là bước qua giới hạn chiếm hữu, để kết nối với chính người hướng dẫn bên trong của tự thân.

Về vấn đề công việc, thời gian sắp tới bạn cần thận trọng. Vì sẽ có những rắc rối từ các quyết định thiếu sáng suốt trong quá khứ bắt đầu bộc lộ ra. Tiếp đó, trước khi muốn giúp đỡ người khác trong công việc, bạn nên xem xét kỹ tính cách của người đó. Chỉ giúp người đáng giúp. Mặt khác, khi bạn ra quyết định gì trong thời gian này thì cần phải quyết đoán, đồng thời tránh để cảm xúc bản thân ảnh hưởng lên quyết định, vì nó có thể để lại nhiều rắc rối.

Về tài chính, Nguyên mẫu cho thấy bạn sẽ nhận được sự giúp đỡ từ những người thân quen của mình, nếu bạn đang gặp khó khăn về tài chính. Tuy nhiên, bạn không cần phải đắn đo quá nhiều vì sự giúp đỡ này. Bạn cần được giúp đỡ. Mặt khác, bạn cần phải chú ý đến nguồn tài chính của mình. Việc chi tiêu một cách cảm tính sẽ khiến bạn nhanh chóng rơi vào tình trạng "tiền khô cháy túi", lời khuyên là bạn không nên giữ tiền mặt quá nhiều trong người.

Về tình yêu, trường hợp bạn chỉ mới bắt đầu một mối quan hệ thì điều quan trọng là tìm hiểu lẫn nhau chứ không phải là mơ mộng về điều đối phương sẽ làm cho mình. Mặt khác, bạn cần phải nhớ rằng bạn có thể yêu nhiều người nhưng chỉ có thể kết hôn với một người. Vì vậy, khi yêu hãy cứ là tình nhân ngọt ngào chứ đừng mơ mộng đến ngày lấy nhau để rồi sau đó nhìn nhau chán ngán. Ở khía cạnh vợ chồng, Nguyên mẫu nhắc đến sự chia sẻ trách nhiệm lẫn nhau trong cuộc sống về kinh tế, cũng như việc nuôi dạy con cái. Tình yêu là sự chia sẻ chứ không phải là thầm lặng hy sinh rồi tự tỏ ra cao thượng.

Từ khóa: Ngay thẳng, tận tâm, thông thái, có tầm nhìn; một người khôn ngoan, người vợ, người mẹ tốt; thành công, hạnh phúc; đôi khi thiếu quyết đoán, nước đôi; thiếu tin tưởng, xấu tính, sự nhục nhã và đồi bại; thành công nhưng phát sinh các vấn đề rắc rối.

49 - NGUYÊN MẪU NHÀ TIÊN PHONG (PIONEER ARCHETYPE)

"Tình cảm giống như sức gió thổi lay cuộc sống, lý trí là người cầm lái nắm vững phương hướng, con thuyền không có sức gió không thể chạy về phía trước, không có người cầm lái sẽ mất phương hướng" - Kerdon

Nguyên mẫu người tiên phong, nhà tiền đề, người xung phong, người khởi xướng thường gợi lên hình ảnh những nhà thám hiểm đi tìm miền đất mới, tinh thần của Nguyên mẫu này là sự tìm tòi cái mới, phá vỡ các giới hạn cũ, hay truyền cảm hứng khám phá cho người khác. Trong cuộc sống, Nguyên mẫu người tiên phong xuất hiện trong tất cả các lĩnh vực như văn học, âm nhạc, y học, thể thao hay sự thực hành tâm linh. Mặt sáng

của Nguyên mẫu người tiên phong chính là tinh thần dấn thân, khám phá tìm tòi để cống hiến phụng sự cho xã hội con người. Ở mặt tối, Nguyên mẫu người tiên phong bị chi phối bởi sự tham lam, trở thành người trục lợi từ các khám phá hay sáng tạo. Để kích hoạt Nguyên mẫu người tiên phong hoàn toàn, bạn cần từ bỏ những ràng buộc về mặt vật chất lẫn tinh thần, để dấn thân khám phá điều mới, sống trọn trong bầu không khí mới mẻ ấy.

Về công việc: Công việc được xây dựng từ những người có thiên hướng kinh doanh, vì vậy công ty, dự án đang được điều hành và hoạt động chuyên nghiệp. Tuy nhiên, sự khô cứng trong cách giải quyết và sự tập trung vào công việc ở mức cao khiến cho những vấn đề xung quanh bị bỏ rơi. Điển hình như vấn đề đào tạo nhân sự, các khóa nâng cao sự liên kết trong công ty, phát triển tầm nhìn trở nên thiếu sót. Công ty, nhà máy là tập hợp những người giỏi, nhưng chưa chắc là một tổ hợp hoàn hảo. Nguyên mẫu cũng cảnh báo về những kẻ hai mang, không thủy chung, sẵn sàng đổi lòng nếu cần thiết cho sự nghiệp. Lời khuyên là nên đào tạo và truyền lửa để công ty trở nên gắn kết hơn.

Về tài chính: Bạn có nguy cơ thất thoát lớn trong thời gian này. Cho dù công việc hay các vốn vay của bạn đang hoạt động sinh lãi thì sự thất thoát này vẫn diễn ra. Nguyên mẫu cho thấy nó liên quan đến các hoạt động pháp luật, hoặc các yêu sách, bất công từ đối tác. Bạn cần phải chú ý hơn đến các vấn đề này. Mặc khác, Nguyên mẫu cũng cảnh báo những kẻ hai mang, vô lại có thể cướp bóc trắng tài sản của bạn. Hãy cẩn thận với các giao dịch tiền bạc vì mức độ nghiêm trọng của Nguyên mẫu này hơn hẳn các Nguyên mẫu khác về sự mất mát.

Về tình yêu, vợ chồng: Nguyên mẫu cho thấy các vấn đề pháp luật liên quan đến trách nhiệm và ràng buộc. Nếu bạn và người yêu đang chuẩn bị những thủ tục pháp lý thì quãng thời gian này thật sự đầy cam go. Trong thời điểm này, rất có thể một trong hai người sẽ có chuyện gì đó dối gian giấu giếm. Nguyên mẫu thể hiện rõ sự nghiêm trọng nếu điều đó xảy ra. Lời khuyên là hãy sống đàng hoàng và tốt nhất là đừng dối trá.

Từ khóa: Quý ông, người đàn ông kinh doanh, pháp luật, thiên tính, có trách nhiệm, xử lý bắt buộc, vốn chủ sở hữu, nghệ thuật và khoa học, xưng pháp luật, khoa học và nghệ thuật, thông minh sáng tạo; không cao thượng, kẻ hai mang; hành vi vô lại, yêu sách, bất công, scandal, cướp bóc, mất mát đáng kể.

Chương mười bốn:

NGUYÊN MẪU LIÊN QUAN ĐẾN TÂM LINH

50 - NGUYÊN MẪU TRẺ BẤT TỬ (ETERNAL CHILD ARCHETYPE)

"Con người có vật chất mới có thể sinh tồn, có lý tưởng mới nói đến cuộc sống. Bạn muốn hiểu sự khác nhau giữa sinh tồn và sống? Động vật thì sinh tồn, con người thì sống" - Victor Hugo

Nguyên mẫu đứa trẻ bất tử hay đứa trẻ thần thánh là những đứa trẻ được sinh ra từ sự kỳ diệu, được sinh ra trong những hoàn cảnh đặc điểm lạ thường. Nguyên mẫu đứa trẻ thần thánh mang lại một năng lượng tươi trẻ, luôn được thể hiện qua tinh thần và tâm trí luôn tươi trẻ, mở rộng để đón nhận những điều mới mẻ trong cuộc sống. Bên cạnh đó, tính chất thần thánh thiêng liêng của Nguyên mẫu này gián tiếp giúp những người xung quanh tự thắp sáng mình. Nguồn năng lượng tinh thần của Nguyên mẫu này luôn biến đổi để phù

hợp với sự thay đổi của cuộc sống, để đón nhận và trải nghiệm. Những người kích hoạt Nguyên mẫu này luôn tràn đầy tinh thần tươi mới, thu hút người xunh quanh cùng bước vào cuộc phiêu lưu với họ. Ở mặt sáng, Nguyên mẫu này cung cấp nguồn năng thần thánh tươi trẻ tựa như suối nguồn thanh xuân, họ khao khát những trải nghiệm mới mẻ. Ở mặt tối, Nguyên mẫu đứa trẻ thần thánh chối bỏ những sự thay đổi của đời sống; trở thành một đứa trẻ lớn xác không có khả năng tự chủ bản thân trong cuộc sống, hay chịu trách nhiệm cho chính hành động của mình. Xa hơn, đứa trẻ thần thánh có thể sa đoạ trở thành ác quỷ khi đánh mất ánh sáng bên trong. Đối diện với phần tối bên trong, chính là thử thách mà Nguyên mẫu này cần vượt qua để mang ánh sáng trở lại.

Về vấn đề công việc, Nguyên mẫu báo hiệu về sự khởi đầu thuận lợi cho một công việc mới hoặc các dự án mới. Đồng thời, trong cơ hội mới mẻ này bạn có thể nhìn thấy được nhiều tiềm năng để phát triển về sự nghiệp của bản thân. Tuy nhiên, đây chỉ mới là sự khởi đầu và bạn cần có sự tính toán lâu dài về thuận lợi cũng như khó khăn. Không nên quá tự mãn với những thành tựu nhỏ mà bạn đạt được trong khoảng thời gian này.

Về vấn đề tài chính, với Nguyên mẫu thì tiền bạc sẽ không còn khiến bạn phải suy nghĩ quá nhiều. Các cơ hội kiếm tiền sẽ đến với bạn, may mắn hơn, bạn còn có thể nhận được tiền bạc từ người khác. Tuy nhiên, số

Ẩn phụ (Minor Arcana) - Bộ tiền (Pentacle Suit)

tiền có thể chỉ vừa đủ với các nhu cầu của bạn. Vì điều này, Nguyên mẫu khuyên bạn nên chi tiêu một cách hợp lý, hoặc cân nhắc kỹ trước khi cho người khác vay mượn. Trong trường hợp bạn muốn mượn một số tiền lớn, bạn nên xin lời khuyên từ những người có kinh nghiệm trong lĩnh vực bạn muốn bỏ tiền vào.

Về tình cảm, Nguyên mẫu này khi xuất hiện thường nói đến sự khởi đầu các mối quan hệ rất thực tế, không hề mơ mộng lãng mạn mà thay vào đó là những hành động quan tâm chăm sóc lẫn nhau. Tuy nhiên, một trong hai hoặc cả hai tận sâu bên trong vẫn còn nhiều lo lắng, băn khoăn và suy nghĩ để xem xét có thể đi được với nhau về lâu dài hay không? Nguyên mẫu khuyên rằng, nếu bạn thực sự thương người kia thì ở trong trường hợp này, hãy bộc lộ tình cảm mình bằng những hành động ấm áp, lời nói dịu dàng. Còn về chuyện vợ chồng, Nguyên mẫu cho thấy hai bạn đang lo lắng về cơm áo gạo tiền để vun đắp cho gia đình, nhưng đồng thời hai bạn cũng nên dành thời gian cuối tuần cho riêng mình với bạn đời, để giữ ngọn lửa tình cảm mãi cháy.

Từ khóa: Sự mãn nguyện, hài lòng hoàn toàn, thịnh vượng, phát triển, hạnh phúc; sự thông minh đột xuất, vàng; mặt xấu của sự giàu có, tin tức xấu, lợi nhuận, ám ảnh Về tài chính.

51 - NGUYÊN MẪU NGƯỜI HẦU (SERVANT ARCHETYPE)

"Người bi quan trách gió, người lạc quan hy vọng gió đổi hướng, người thực tế thì điều chỉnh cánh buồm" - Lessing

Nguyên mẫu người hầu cận, người hầu, người phục vụ xuất hiện trong vô vàn câu chuyện cổ tích dưới những hình ảnh và vai trò khác nhau, nhưng điểm chung chính là Nguyên mẫu người hầu cận luôn phụng sự cho ai đó, hay điều gì đó. Nguyên mẫu này có thể xuất hiện trong cuộc đời bạn ở một khía cạnh nào đó như công việc, gia đình. Ở góc độ trần thế, Nguyên mẫu này phụng sự vì những mục tiêu vật chất và địa

vị trần gian, cũng như là giai đoạn rèn luyện của sự kiên nhẫn, khéo léo về tâm tính. Ở góc độ tâm linh, người hầu cận phụng sự cho thánh thần, và hướng đời sống của bản thân đến những điều phi thường. Một điểm quan trọng thuộc về Nguyên mẫu này, chính là sự tự do để lựa chọn phụng sự.

Trong công việc, Nguyên mẫu báo hiệu về sự thay đổi trong thời điểm sắp tới. Trạng thái thuận lợi có thể bị yếu tố bên ngoài ảnh hưởng dẫn đến đổi chiều hay trì trệ, hoặc ngược lại. Lời khuyên dành cho bạn là nên tận dụng nội lực để làm mọi thứ trở về đúng quỹ đạo cân bằng, hoặc giữ cho bản thân chịu ảnh hưởng tiêu cực ở mức độ thấp nhất. Đồng thời, đây không phải là thời điểm tốt để bắt đầu các dự án, hay kế hoạch mới.

Với vấn đề tiền bạc, Nguyên mẫu hàm ý về một sự cân bằng trong tài chính. Những kế hoạch, dự tính cần huy động nguồn tiền đều cần phải được cân nhắc kỹ lưỡng trong thời gian này. Ở những trường hợp nhỏ hơn như cho người khác vay mượn, mua một món đồ đắt giá, bạn nên tính toán kỹ lưỡng tránh tình trạng chi ra quá mức khiến phải chật vật với tình trạng tài chính trong những tháng sắp tới. Đây là thời gian để bạn tích lũy để sẵn sàng phát triển khi những cơ hội đến với bạn trong tương lai.

Về tình yêu, những mối quan hệ vội vã, nồng cháy bắt đầu trong thời gian này sẽ có xu hướng đi xuống nhanh. Bạn cần cân bằng lại cảm xúc, khao khát của mình, để có thể có cái nhìn toàn cảnh. Mặt khác, trong mối quan hệ thì Nguyên mẫu đề cập sự cân bằng, chia sẻ trách nhiệm quan tâm chăm sóc lẫn nhau giữa cả hai người. Với chuyện vợ chồng, hàm ý của Nguyên mẫu chính là sự chia sẻ giữa tình cảm, trách nhiệm về kinh tế, nuôi dạy con cái...

Từ khóa: Sự thay đổi, cân nhắc, cân bằng; sự bối rối, lo lắng, khó khăn; sự thích ứng một cách miễn cưỡng; viết lách, thư tín, bức thư dài; thiếu khả năng kiểm soát, rắc rối bị phóng đại so với thực tế.

52 - NGUYÊN MẪU HỌC VIÊN (LEARNER ARCHETYPE)

"Công việc là cái thú của cuộc sinh tồn. Đời sống không mục đích, đời sống không gắng gói thì thật là tẻ nhạt. Sự lười biếng đem đến sự rã rượi, sự rã rượi sinh ra sự chán chường" - Amiel

Nguyên mẫu người học việc, học viên, người thử việc thường được liên tưởng đến hình ảnh của người đệ tử trong các câu chuyện cổ. Nguyên mẫu này mang theo phẩm chất của sự nỗ lực tìm kiếm kiến thức mới, kỹ năng, khả năng kết nối trong công việc với nhiều đối tượng khác nhau trong sự cởi mở tiếp thu thông tin. Trong cuộc sống, mỗi người trong chúng ta đều đã từng trải qua giai đoạn sử dụng năng lượng của

Nguyên mẫu người học việc này.Mặc khác, Nguyên mẫu này đại diện cho tiềm năng trưởng thành từ

người học việc trở thành bậc thầy khi có thể thành thục các kỹ năng và phát triển tâm linh. Mặt tối của Nguyên mẫu người học việc chính là sự thiếu kiên nhẫn để học hỏi, từ đó không thể phát triển tiềm năng vốn có. Khía cạnh khác chính là sự lạm dụng tri thức để rồi từ đó sa ngã. Để hoàn toàn kích hoạt Nguyên mẫu người học việc này cần có tinh thần khám phá và thực nghiệm sự học, chỉ khi đó người học việc sẽ càng tích luỹ được nhiều tri thức và kinh nghiệm cho bản thân.

Về công việc: Thăng tiến lên một bước quan trọng trong công việc và sự nghiệp. Nguyên mẫu cho thấy một trình độ mới, một chức vụ mới được cấp phát. Nếu bạn đang chờ đợi sự chuyển mình trong công việc thì đây chính là thời cơ. Nếu có một cơ hội thăng tiến, ví dụ như một sự luân chuyển nhân sự, hoặc một lời đề bạt, bạn đang có cơ hội rất sáng. Một điểm chú ý, sự thăng tiến và thay đổi này dựa vào nền tảng sự ổn định trong công việc của bạn, vì vậy, nó không bao gồm sự bỏ việc, đổi công ty hay những sự thay đổi có tính đột nhiên.

Về tài chính: Tiền bạc không phải là chủ đề chính, tuy nhiên, vẫn chứa đựng nhiều yếu tố tích cực. Sự tăng tiến về nhận thức và trình độ, cũng như thăng tiến về chức tước, đều là các yếu tố có lợi cho tiền bạc. Việc đầu tư nếu có, cũng thuận lợi. Vay mượn nhìn chung cũng mang lại lợi nhuận. Tuy nhiên, Nguyên mẫu không mang yếu tố thuận lợi nếu bạn thay đổi định hướng đầu tư hay thay đổi cung cách vay mượn. Nguyên mẫu chỉ thuận lợi khi bạn tăng vốn hoặc tăng về khối lượng, chứ không đảm bảo sự thay đổi đột ngột.

Về tình yêu, vợ chồng: Trong mối quan hệ tình cảm, Nguyên mẫu cho thấy một sự vun đắp, quan tâm, chăm sóc lẫn nhau. Tuy nhiên, các bạn nên tránh sự quan tâm quá mức nặng nề, mang tính chủ quan, mà cần tập trung để kết nối với nhau để hiểu được đối phương mong muốn điều gì. Về chuyện vợ chồng, Nguyên mẫu cho thấy sự hòa hợp trong mối quan hệ, sự chia sẻ trách nhiệm trong công việc gia đình, nuôi dạy con cái. Thời gian sắp tới là thời gian thuận lợi nếu các bạn đang mong muốn có con.

Từ khóa: Công việc thực tại, tính sáng tạo, hợp tác; tạo dựng, thiết lập, thương mại; Nguyên mẫu dành cho giới quý tộc, danh tiếng, vinh quang; sự tầm thường trong công việc, nhỏ nhen, trẻ con, yếu đuối, cố chấp và bảo thủ.

53 - NGUYÊN MẪU KẺ THAM LAM (MIDAS ARCHETYPE)

"Bỏ ra một xu để mua một vật vô ích cũng là phải trả cái giá quá đắt" - Caton Le Censeu

Nguyên mẫu kẻ tham lam, Midas hay bàn tay vàng cũng đồng thời bao hàm cả kẻ bủn xỉn, kẻ keo kiệt, kẻ ki bo, tượng trưng cho tiềm năng và tham vọng, trong câu chuyện thần thoại, Midas biến tất cả những gì ông chạm vào thành vàng; một biểu tượng của tiềm năng, nhưng ông ta cũng biến người thân của mình thành vàng, ẩn dụ cho tiềm năng được dẫn dắt bởi tham vọng mù quáng đưa đến các vấn đề đau khổ cuộc sống. Nguồn cơn sâu xa chính tham vọng muốn nắm giữ quyền lực vượt lên giới hạn trần gian. Nguyên mẫu Midas này

thường gắn liền với các lĩnh vực như kinh doanh và sáng tạo; ở mặt sáng, nếu cố mẫu này được vận dụng đúng đắn thì các năng lượng tiêu cực được kiểm soát, nhiều giá trị hơn được tạo ra, không chỉ là giá trị vật chất mà còn là các giá trị tâm linh. Ở mặt tối, lòng tham lam đốt cháy mọi tiềm năng, khiến cho con người đánh mất linh hồn, chỉ chạy theo những giá trị phàm tục vô hồn. Con đường để kích hoạt Nguyên mẫu này chính là sự nhận thức về tính thay đổi của những thứ bên ngoài, và hướng vào bên trong để biến đổi tinh thần của bản thân, từ chì thành vàng; từ phàm hoá thánh.

Về công việc, đây là một Nguyên mẫu cho thấy bạn đã có được một vài thành quả trong công việc của mình, song sự tự mãn đã khiến bạn đánh mất cơ hội để phát triển thêm. Sự cố chấp vào cái cũ, không thay đổi cho hợp thời thế, sẽ khiến bạn dần dần bị đào thải. Nên có sự thay đổi, chuyển mình, tránh tách biệt với xu thế chung. Đồng thời, Nguyên mẫu nhắc nhở bạn sẽ gặp trục trặc với đối thủ cạnh tranh trong cùng lĩnh vực, cần quyết đoán để tránh mất cơ hội.

Về tài chính, Nguyên mẫu cho thấy sự ổn định về mặt tài chính, nguồn tiền thu vào nhiều chi ra ít. Trong hiện tại thì thoạt nhìn có vẻ là dấu hiệu tốt, nhưng về lâu dài thì nguồn tiền này bị chôn chân, không lưu động để được sinh sôi. Nguyên mẫu này khuyên bạn nên khôn khéo trong việc để nguồn tiền của mình được luân chuyển. Mặt khác Nguyên mẫu còn đề cập những tài sản được thừa kế từ người thân ở xa trong gia đình. Đôi khi, Nguyên mẫu còn đề cập sự ám ảnh của tiền bạc lên tinh thần con người.

Về tình yêu, sự cố chấp theo đuổi hình bóng hoàn hảo trong tình yêu, là nguyên nhân chính khiến bạn rơi vào tình trạng cô đơn. Mặt khác, trong mối quan hệ thì việc cố chấp hy sinh nhân danh tình yêu thường chỉ khiến cả hai cảm thấy mệt mỏi. Tình yêu là sự chia sẻ, chứ không phải là lặng lẽ chịu đựng. Trong chuyện vợ chồng, sự hà tiện trong chi tiêu sẽ là nguyên nhân chính dẫn đến những xung đột lớn, bạn nên cân nhắc giữa tiết kiệm và keo kiệt, những gì đáng chi tiêu thì chi.

Từ khóa: Đảm bảo về mặt vật chất, quyền lực, bảo vệ tài sản; phân chia, quà tặng, tài sản, di sản, thỏa mãn thực tại; chướng ngại vật, chậm trễ, đối lập và lo âu.

54 - NGUYÊN MẪU KẺ ĂN XIN (BEGGAR ARCHETYPE)

"Buồn phiền của người nghèo ở chỗ họ không thể có số tiền đó, phiền muộn của người giàu ở chỗ họ không thể liên tục có số tiền đó" - Hoover

Nguyên mẫu người ăn xin (Người ăn mày, Người vô gia cư) gợi lên hình ảnh nghèo khó, bệnh tật và đời sống lang thang, phải phụ thuộc vào lòng tốt của người khác. Nhưng cốt lõi của Nguyên mẫu này chính là sự khao khát, cầu xin hay nghiện những thứ bên ngoài; từ vật chất như tiền bạc hay lương thực cho đến cảm xúc như tình yêu, sự đồng cảm, cho đến những thứ khác như quyền lực, sự phát triển tâm linh ảo tưởng; bởi sâu thẳm bên trong là nỗi lo lắng sợ hãi. Ở mặt sáng, Nguyên mẫu này hướng chúng ta đến những khao khát mang tính chất tích cực

như khao khát sự thành công, khao khát tri thức và với sự nỗ lực đúng đắn. Nhưng ở mặt tối, Nguyên mẫu này khiến chúng ta bị ám ảnh bởi sự khao khát tiền bạc, được yêu thương từ đó sinh ra những cách thức không phù hợp như bất chấp đạo đức, hay sự kiểm soát trong các mối quan hệ. Trong các câu truyện cổ tích, các vị thần thánh thường biến thành những người ăn xin để thử thách người phàm, hay những người thực hành tâm linh. Nguyên mẫu người ăn mày xuất hiện, chính là sự thử thách về tinh thần với sự phát triển về những sự khao khát hướng về thức tỉnh với lòng yêu thương, trắc ẩn và trí tuệ.

Về công việc, công ty hay dự án của bạn đang gặp trục trặc lớn, không một đường lối giải quyết nào có vẻ khả quan. Mọi mối quan hệ đã được tận dụng nhưng dường như không hiệu quả. Sự chán nản và buông xuôi đã xuất hiện dần trong đội làm việc và mọi thứ bắt đầu không thể kiểm soát. Hoàn cảnh còn có thể bi đát hơn. Một vài vấn đề khác: thiếu vốn, xoay vốn chậm hay các vấn đề liên quan đến vốn. Bạn gần như chẳng thể làm gì vào lúc này, nhưng lời khuyên là bạn chỉ bị vấn đề về vốn, còn lại về nhân sự hay kỹ thuật vẫn tốt thì nên cố gắng giữ lấy để vượt qua khó khăn.

Về tài chính, đây là một cú sốc Về tài chính. Bạn có thể trắng tay cho các khoản đầu tư về cổ phiếu, hoặc các khoản cho vay. Bạn cũng có thể mất một số tiền lớn cho các phi vụ làm ăn mà không thu lại được gì. Bạn cũng nên chuẩn bị cho các tình huống xấu nhất.

Nguyên mẫu cho biết bạn phải trải qua một thời kỳ khó khăn thiếu thốn tiền bạc, kiệt quệ cùng cực. Tần suất và mức độ của các tin xấu tùy thuộc vào sự kết hợp của nguyên mẫu này và các nguyên mẫu khác cùng thời điểm. Nhưng bạn nên vững tin vì tất cả những gì xảy đến rồi sẽ qua.

Về tình yêu, vợ chồng, tương tự gia đình, tình yêu sẽ được thăng hoa ở trách nhiệm và sự sẻ chia khi vật chất không còn gì nữa. Sẽ có những vấn đề nảy sinh nhưng tình yêu sẽ vượt qua mọi thứ. Bạn không nên đau khổ vì không thể chu cấp cho người yêu, thay vào đó bạn có thể coi đây là một thử thách lớn: hoặc tình yêu vượt qua được và thăng hoa, hoặc tàn lụi. Hãy nhớ vật chất có thể dễ dàng chứng tỏ được giá trị của nó, còn tình cảm thì cần những điều kiện khó khăn mới chứng tỏ được giá trị đó, và không phải ai cũng có điều kiện để nhận thấy chân giá trị của tình cảm.

Từ khóa: Lo phiền, khó khăn vật chất, khốn cùng, không hòa hợp, rối loạn, hỗn loạn, hủy hoại, mất đoàn kết, sự hoang phí.

55 - NGUYÊN MẪU NHÀ ĐỘC TÀI (OPPRESSOR ARCHETYPE)

"Bạn được tha thứ cho hạnh phúc và thành công của mình chỉ khi bạn sẵn sàng hào phóng chia sẻ chúng" - Albert Camus.

Nguyên mẫu nhà độc tài, nhà độc tôn, kẻ độc đoán liên quan đến vấn đề chia sẻ thành công và giá trị sức mạnh cho những người xung quanh. Nguyên mẫu nhà độc tài luôn được thai nghén từ những đầu óc tài năng, muốn giúp đỡ người khác, hay thay đổi những bất công. Nhưng trong quá trình chiến đấu chống lại con quái vật bất công mà họ căm thù, tự bản thân họ lại biến thành con quái thú ấy, nguyên

nhân chính là sự cô độc và ảo tưởng tự thân. Chính vì thế, trong mỗi con người đều có dấu tích của Nguyên mẫu nhà độc tài, như một đứa trẻ muốn mình là trung tâm của mọi người. Cách để chuyển đổi năng lượng của Nguyên mẫu này, chính là chia sẻ thành công và giá trị của bản thân cho mọi người.

Về công việc, Nguyên mẫu cho thấy sự ổn định trong công việc hiện tại. Nếu như ở nguyên mẫu tương tự, bạn trải qua thời gian khó khăn, thì lúc này chính là thời điểm may mắn, bạn có được sự giúp đỡ, công sức bỏ ra được thu lại xứng đáng. Mặt khác, đây là thời điểm cân bằng, điều chỉnh sửa chữa những thiếu sót của công việc trong quá khứ còn tồn tại. Đây không phải là thời gian để phát triển hay mở rộng công việc, nếu bạn khởi đầu dự án mới thì cần cân nhắc kỹ hơn về vấn đề tài chính, pháp lý.

Về tài chính, Nguyên mẫu thể hiện sự chấp nhận với tình trạng hiện tại. Bạn cần biết vừa đủ với sự ổn định tài chính hiện tại. Việc lợi dụng điều kiện khó khăn của kẻ khác để thu lợi sẽ khiến bạn gặp rắc rối lớn với pháp luật. Mặt khác, Nguyên mẫu còn báo hiệu về những món tiền, quà được người trên đưa đến cho bạn. Nếu bạn dự tính vay hoặc cho người khác vay, thì đây là thời điểm tốt, tuy nhiên, bạn vẫn cần xem xét kỹ lưỡng, đồng thời phải chú ý đến giấy tờ vay mượn.

Về tình yêu, trường hợp bạn vẫn còn tìm kiếm người yêu, thì thời gian sắp tới bạn sẽ có nhiều sự lựa chọn. Trong mối quan hệ, đây không phải Nguyên mẫu thuận lợi, nó cho thấy sự cho đi quá nhiều, sự mất cân bằng, thiếu sự cảm thông, không sớm thì muộn một hoặc cả hai bạn sẽ bị đè nặng bởi cảm xúc chán ngán, đau khổ. Hay đơn giản, sự quan tâm theo cách bạn muốn, nhưng không phải điều đối phương cần, cũng là nguyên nhân lớn dẫn đến trục trặc tình cảm. Với tình cảm vợ chồng, nó cho thấy sự sao nhãng trong tình cảm, sự chán ngán. Điều cần làm, là sự quan tâm từ hai phía, những lời nói và hành động ngọt ngào lãng mạn sẽ hâm nóng lại tình cảm.

Từ khóa: Thành công sau nhiều nỗ lực, quà tặng, sự hài lòng với những giá trị đáng chú ý; quyền thế, sự ảnh hưởng của tiếng tăm; may mắn, tự do, công bằng; sự thịnh vượng hiện tại; tham lam, ham muốn, thèm khát, ghen ghét, ảo tưởng.

56 - NGUYÊN MẪU NÔ LỆ (SLAVE ARCHETYPE)

"Trong cuộc đời có hai mục tiêu: một là theo đuổi lý tưởng, hai là thực hiện lý tưởng, hưởng thụ thành quả. Chỉ có người sáng suốt mới đạt được mục tiêu thứ hai" - Smith

Nguyên mẫu nô lệ thường xuất hiện với hai biểu hiện, đó là nô lệ thân xác và nô lệ tinh thần. Sự xuất hiện của Nguyên mẫu này biểu hiện của thiếu vắng tự do. Đó là tự do trong hoàn cảnh, tự do lựa chọn, tự do trong tâm trí. Ngày nay, con người dễ trở thành nô lệ cho chủ nghĩa tiêu thụ, cho tiền bạc, tất cả những đối tượng mà tâm trí con người có thể kí gửi vào, nhằm giảm thiểu những sự đau khổ trong cuộc sống, đó còn có thể là sự nô lệ tâm linh. Mặt tối của Nguyên mẫu này chính là nó biến tự thân có khuynh hướng trở thành nô lệ của người khác

hay thứ khác; hoàn toàn mất tự chủ. Ở cực đoan khác, là sự thao túng nô lệ hoá kẻ khác để phục vụ ham muốn của chính mình. Cốt lõi của Nguyên mẫu này chính những tình huống sống mang tính chất nô lệ sẽ đánh thức được linh hồn khao khát tự do bên trong của con người, thứ bình thường trong hoàn cảnh thuận lợi thường ngủ yên. Sự thức tỉnh này, cũng chính là nội lực bên trong để phá bỏ xiềng xích nô lệ.

Về công việc, đây là thời điểm tốt để bạn chuẩn bị thu gặt thành quả được tạo nên do công sức bỏ ra trong quá khứ. Tuy nhiên, đây lại không phải thời gian tốt để bạn bắt đầu một công việc mới, hay đầu tư vào dự án mới. Bạn cần phải suy xét tính toán thêm. Mặt khác, bạn cần cố gắng hơn trong công việc, vì Nguyên mẫu cho thấy bạn có dấu hiệu trì hoãn, tự mãn, cũng như bất cẩn. Điều này làm bạn thiếu đi khả năng nhanh nhạy để ứng biến với các tình huống xấu có thể xảy ra.

Về tài chính, Nguyên mẫu cho thấy việc chi gấp một khoản tiền lớn trong thời điểm hiện tại là điều thiếu khôn ngoan vì lợi ích thu lại sẽ không tương xứng với số tiền bỏ ra. Tuy nhiên, nếu bạn đang trông chờ vào thành quả của việc đầu tư trong quá khứ thì ngày thu hoạch đang đến gần. Mặt khác, sự phung phí tiền bạc của bạn ở thời điểm này sẽ khiến bạn gặp trục trặc về tài chính, tệ hơn là bỏ lỡ nhiều cơ hội mà bạn đã khao khát từ rất lâu trong quãng thời gian tới.

Về tình yêu, nếu bạn muốn bắt đầu một mối quan hệ mới thì hiện tại chưa phải là thời điểm thích hợp. Bạn vẫn còn nhiều rắc rối, vướng mắc trong lòng, chưa sẵn sàng để yêu người khác một cách hết mình. Còn trong một mối quan hệ, thì những công sức, tình cảm bạn bỏ ra từ trước đến nay sẽ được thấu hiểu và đáp đền. Trong chuyện vợ chồng, đây là thời điểm hai bạn nên cân nhắc, chia sẻ với nhau về việc tích lũy của cải, để đầu tư cho con cái, cuộc sống trong tương lai.

Từ khóa: Thành công chưa thực hiện được, tiền bạc, tài chính và lợi nhuận; mâu thuẫn quá độ trong các vấn đề tiền tài, sự khéo léo, chờ đợi; lo lắng, sợ hãi thất bại, rắc rối những khoản vay mượn; chướng ngại lớn.

57 - NGUYÊN MẪU KHU MA SƯ (EXORCIST ARCHETYPE)

"Sức mạnh lớn nhất thường chỉ đơn giản là sự kiên nhẫn" - Joseph Cosman

Nguyên mẫu thầy trừ tà, nhà trừ tà hay khu ma sư, tượng trưng cho những người có khả năng kết nối với các vị thần và được trao sức mạnh để xua đuổi ma quỷ. Nguyên mẫu này tượng trưng cho quá trình khai tâm thụ pháp, bước vào bóng tối bên trong để rèn luyện kỹ năng tinh thần, để đối diện với ma quỷ biểu hiện cho những nguồn năng lượng tinh thần tiêu cực bên trong. Nguyên mẫu này xuất hiện ở những người có khả năng kết nối, thấu cảm với cảm xúc người khác, giúp họ giải phóng các cảm xúc tiêu cực. Ở mặt tối, Nguyên mẫu này nhấn chìm tâm thức trong cõi âm, với những tinh

thần không đủ can đảm để đối diện với ác quỷ bên trong. Chỉ khi chấp nhận bóng tối là một phần của ánh sáng, sự chuyển hoá cân bằng sẽ giúp cho bạn tìm ra con đường của Nguyên mẫu này.

Về công việc: Công việc đòi hỏi sự nhẫn nại nhiều hơn. Những khó khăn trong thời kỳ này cần sự giải quyết từng chút một và trầm tĩnh. Trong quãng thời gian này, mọi việc làm mang tính cẩu thả hay vội vàng cũng mang lại hậu quả đáng tiếc. Nguyên mẫu cho thấy nhiều lợi nhuận từ các phi vụ trung gian hơn là các phi vụ sản xuất trực tiếp, bạn có thể nhận được nhiều hoa hồng từ các phi vụ này. Nguyên mẫu cũng cảnh báo những âm mưu thâu tóm của các thế lực xung quanh, vì vậy, nếu thấy xuất hiện những dấu hiệu bất ổn, hãy điều tra thật kỹ lưỡng.

Về tài chính: Các dấu hiệu của Nguyên mẫu cho thấy bạn đang có tham vọng cực kỳ lớn về tài sản. Nguyên mẫu không chỉ rõ là bạn đang sung túc hay thiếu thốn, nhưng nhìn chung bạn đang rất cần cù để tích góp trong thời gian này. Có thể bạn đang có những dự định và kế hoạch cho tương lai. Tuy nhiên, đừng nên quá khắt khe với bản thân, bạn vẫn có thể dành chút ít để phục vụ cho hiện tại. Việc bạn làm việc quá sức, hay chi tiêu quá khắt khe đều mang lại những điểm tiêu cực. Đặc biệt, Nguyên mẫu này, ám chỉ trực tiếp đến các hình thức cho vay nặng lãi, hãy cẩn thận với nó.

Về tình yêu, vợ chồng: Tình yêu vợ chồng trong giai đoạn này sẽ ổn định và nồng ấm. Sự khôn ngoan và trầm tĩnh của bạn giúp bạn vượt qua nhiều vấn đề khó khăn của hai vợ chồng. Tuy nhiên, các kế hoạch của bạn đặt ra cho hai người có lẽ quá sức. Đôi khi nên đặt mục tiêu vừa phải để đạt được trong hạnh phúc và êm ấm, chứ không phải đặt một mục tiêu quá cao, để rồi khi đạt được, bạn vẫn phải hối tiếc về nhiều thứ.

Từ khóa: Công việc, việc làm, hoa hồng, nghề thủ công, kỹ năng thủ công và kinh doanh, có lẽ trong giai đoạn chuẩn bị; thất vọng, hư danh, tham lam, yêu sách, cho vay nặng lãi, sở hữu kỹ năng, tâm trí khéo léo, khôn ngoan và mưu đồ.

58 - NGUYÊN MẪU KẺ KHOÁI LẠC (HEDONIST ARCHETYPE)

"Cả giàu sang lẫn sự vĩ đại đều không thể mang cho chúng ta hạnh phúc" - La Fontaine

Nguyên mẫu Người khoái lạc, hay kẻ theo chủ nghĩa khoái lạc, hay kẻ ưa khoái lạc liên kết với những sự thèm khát trần thế như trải nghiệm thú vị như thức ăn ngon, rượu, cờ bạc cho đến tính dục. Những liên kết này tượng trưng cho cảm giác phúc lạc, hạnh phúc mà tinh thần họ được ghi nhớ qua các trải nghiệm. Ở khía cạnh tích cực, Nguyên mẫu này giữ cho chúng ta an toàn trước những hành động khiến kết quả sinh ra cảm giác khổ đau và nuối tiếc.

Việc phát triển Nguyên mẫu này cũng thúc đẩy việc sáng tạo ra những phương thức để phục vụ cho sự thoải mái của bản thân và con người; giữ cân

bằng năng lượng của Nguyên mẫu này giúp tinh thần vui vẻ dẫn đến sự cải thiện thể xác. Mặt tối của Nguyên mẫu này chính là sự đánh mất cân bằng, trở thành nô lệ cho những niềm vui trần thế đầy đói khát. Con đường để kích hoạt Nguyên mẫu này hoàn thiện chính là: Sự khoái lạc thể xác đi cùng sự phúc lạc của tinh thần, mà thần Dionysus là một biểu tượng đặc trưng.

Về công việc, Nguyên mẫu cho thấy những thành công hiện tại của bạn trong công việc, tuy nhiên, mặt tiêu cực lại cho thấy sự hưởng thụ, thỏa mãn sẽ làm mài mòn nhuệ khí tiến lên của bạn. Ở trường hợp bạn đang tìm kiếm công việc, Nguyên mẫu báo hiệu một vị trí tốt hơn cả sự mong muốn của bạn. Nếu bạn đã ở một ví trí cao trong công việc, Nguyên mẫu cũng hàm ý về sự chia sẻ, hướng dẫn, dìu dắt những con người non trẻ làm việc dưới sự điều hành của bạn. Điều này sẽ mang lại cho bạn lợi ích trên nhiều phương diện trong tương lai.

Về tài chính, Nguyên mẫu diễn tả về sự tự chủ trong tài chính. Những công sức bạn bỏ ra trong quá khứ đã sắp đến thời điểm thu hoạch. Ở khía cạnh khác, Nguyên mẫu cho thấy sự ổn định về mặt tài chính. Tuy nhiên, sự hưởng thụ là con dao hai lưỡi, nó làm bạn hạnh phúc nhưng cũng khiến bạn mê muội tinh thần, đánh mất mục tiêu tiến lên của bản thân. Vì sự thiếu nhạy bén trong tư duy, sẽ khiến bạn có những hành động chi tiêu, đầu tư, không thu lại lợi ích, thậm chí là thất bại nặng nề. Đây là điều bạn cần phải chiêm nghiệm để xem xét lại bản thân.

Về tình yêu, nguyên mẫu là một điềm báo tốt lành cho tình yêu. Nếu bạn đang trong giai đoạn hò hẹn thì Nguyên mẫu báo hiệu về một viễn cảnh tươi đẹp, cuộc sống đủ đầy. Trường hợp bạn đang trong thời gian độc thân, Nguyên mẫu lại cho thấy bạn cảm thấy thỏa mãn với cuộc sống hiện tại, chưa sẵn sàng hoặc không có mong ước tìm người yêu. Với cuộc sống vợ chồng, Nguyên mẫu cho thấy sự tự chủ trong đời sống, sự sung túc trong tài chính. Nhưng đi kèm theo đó là sự lẻ loi, cô đơn, thiếu lửa, nhàm chán trong đời sống vợ chồng. Cả hai cần phải quan tâm đến nhu cầu của đối phương nhiều hơn.

Từ khóa: Sự khôn ngoan, an toàn, thành công; sự tăng trưởng, thịnh vượng về vật chất; chia sẻ càng nhiều, nhận càng nhiều; lừa gạt, hành vi vô lại, dối trá, niềm tin sai lệch, dự án bị hủy bỏ.

59 – NGUYÊN MẪU KẺ HOÀN MỸ (PERFECTIONIST ARCHETYPE)

"Học vấn do người siêng năng đạt được, tài sản do người tinh tế sở hữu, quyền lợi do người dũng cảm nắm giữ, thiên đường do người lương thiện xây dựng" – R. Franklin

Nguyên mẫu người theo chủ nghĩa hoàn mỹ tượng trưng cho tinh thần hướng đến vẻ đẹp chứa đựng chân, thiện, mỹ của thế giới. Trong Chiêm tinh học, khuôn mặt của Nguyên mẫu này xuất hiện dưới chân dung của Xử Nữ, luôn hướng đến những hình thức hoàn mỹ, khéo léo, chi tiết. Đặc biệt hơn, khi Thuỷ Tinh tượng trưng cho tư duy đi vào cung Xử Nữ và thắp sáng năng lượng ở đây, khi ấy từ sự hoàn mỹ của hình thức bắt đầu bước

sâu vào tìm kiếm trong lĩnh vực của sự hoàn mỹ về tri thức tinh thần. Chính vì thế, Nguyên mẫu này chứa đựng năng lượng của tư duy và hành động hướng về sự hoàn mỹ, tạo ra những tài sản vô giá cho nhân loại. Mặt tối của Nguyên mẫu này là thiếu đi một trong hai khía cạnh là tư duy và hành động, nếu thiếu đi tư duy thì Nguyên mẫu trở thành một kẻ sống với vẻ bề ngoài, nhưng lại thiếu năng lượng bên trong; nếu thiếu hành động, sẽ trở một kẻ cầu toàn, khó tính với những người xung quanh.

Về công việc, Nguyên mẫu cho thấy sự ổn định. Ở trường hợp bạn là một người trẻ tuổi, Nguyên mẫu cho thấy bạn được hướng bởi những người có kinh nghiệm. Trường hợp bạn là người đã trải đời, thì đây là giai đoạn đỉnh cao trong sự nghiệp của bạn. Tuy nhiên, bạn cần để phòng sự lợi dụng lòng tin hay tài sản. Thời điểm này không phải là lúc đầu tư mạo hiểm quá lớn. Đây là thời điểm tích lũy tài sản, củng cố nền tảng.

Về tài chính, đây là một Nguyên mẫu tốt. Nó cho thấy bạn có nền tảng tài chính ổn định, được sự hỗ trợ từ phía gia đình. Nếu bạn dự tính đầu tư cho bất động sản, hay đơn giản là mua sắm cho gia đình, thì đây là thời điểm tốt. Mặt khác, Nguyên mẫu còn đề cập tài sản thừa kế có liên quan đến gia đình bạn. Với Nguyên mẫu này, dòng tiền trở nên ổn định và phát triển cao nhất. Bạn không cần phải lo lắng về vấn đề tài chính trong thời gian sắp tới nếu bạn đang gặp khó khăn về tài chính.

Về tình yêu thì đây lại không phải là một Nguyên mẫu tốt. Một mặt nó cho thấy sự chi phối, kiểm soát của gia đình, họ hàng lên mối quan hệ của bạn, hoặc ngược lại. Mặt khác, Nguyên mẫu lại ám chỉ trong mối quan hệ có những suy tính về mặt vật chất, điều kiện gia đình trong lúc khởi đầu, chứ không hẳn là tình cảm đơn thuần. Bên cạnh đó, Nguyên mẫu thể hiện sự cố chấp, nỗi sợ hãi bị tổn thương, sự cô độc của những người đứng tuổi trong các mối quan hệ phức tạp. Trong chuyện vợ chồng, Nguyên mẫu diễn tả sự lo lắng cho sự nghiệp, tích lũy cho cuộc sống tương lai. Song, nó cũng gợi nhớ đến việc san sẻ gánh nặng giữa vợ chồng, chứ không theo mô hình cũ, vợ là người lệ thuộc vào chồng. Và Nguyên mẫu cũng nhắc nhở bạn chú trọng quan tâm những người lớn tuổi trong gia đình, tránh tình trạng bận rộn mà lơ là.

Từ khóa: Sự thịnh vượng, đỉnh cao thành công, sự giàu có; tuổi già, khôn khéo trong giao thương, tiền bạc; vấn đề gia đình, tích lũy, phát triển; sự lười biếng, may rủi, tử vong, mất mát, trộm cướp; Món quà, gia sản kế thừa.

60 - NGUYÊN MẪU NGHỆ SĨ (ARTIST ARCHETYPE)

"Trong ngày tháng gian khổ phải kiên cường, trong ngày tháng hạnh phúc phải cẩn thận" - Glaphate

Nguyên mẫu nghệ sĩ (Nghệ nhân, Thợ thủ công, Nhà điêu khắc, Thợ dệt) hiện hữu ở hầu hết trong tâm thức chúng ta, nhưng để kích hoạt Nguyên mẫu này thì cần sự chuyển hoá về năng lượng đam mê mang tính chất tinh thần và bất định trở thành hành động và tác phẩm cụ thể. Năng lượng tinh thần của Nguyên mẫu nghệ sĩ len lỏi khắp nơi trong đời sống hằng ngày như sự đam mê nghiên cứu về dinh dưỡng của một người mẹ nội trợ cho đến tài năng được rèn luyện qua vô số giờ của người đầu bếp, hay là các nhà thiết kế thời trang, kiến trúc sư. Nghệ thuật là đời sống, và Nguyên mẫu nghệ sĩ được kích hoạt ở những ai có sự kiên trì

muốn biến đổi những chất liệu cuộc sống thành câu chuyện kể của chính họ, được kể bằng chính giọng điệu riêng biệt độc nhất của họ. Tinh thần Nguyên mẫu này không bao giờ bị giới hạn, mà nó luôn mang theo sức sống riêng trong từng hơi thở. Người nghệ sĩ thổi hồn, đong đầy cảm xúc của mình vào trong tác phẩm, thứ mà máy móc hiện đại không thể phỏng theo. Ở mức độ cao, người kích hoạt Nguyên mẫu nghệ sĩ mạnh mẽ trở thành người truyền cảm hứng một cách tự nhiên; nơi đâu họ xuất hiện, ở đó trở thành vương quốc nghệ thuật của họ. Nhưng mặt khác, phần tối của Nguyên mẫu nghệ sĩ chính là sự cực đoan khiến họ trở nên lập dị, quái gở và điên rồ; những biểu hiện của cái tôi bị phình to, hay sự ám ảnh về danh tiếng và tài sản khiến Nguyên mẫu nghệ sĩ bị kìm nén dẫn đến sự thui chột tài năng nghệ sĩ. Ở những người kích hoạt Nguyên mẫu nghệ sĩ, thử thách và gông xiềng của họ chính là thành công, danh tiếng, tài sản của thế gian. Chỉ khi người nghệ sĩ cởi bỏ mặt nạ phù phiếm, để bước vào thánh đường nghệ thuật của chính mình với niềm tin vô nhiễm và phụng hiến cho đời sống, họ mới thấy được con đường thần thánh của mình.

Về công việc: Nguyên mẫu này là sự bổ sung vốn cho công ty. Một khoản lợi nhuận, vốn hay tiền mặt được chuyển giao một cách thuận lợi và bất ngờ. Nếu vẫn còn đi học, một học bổng hoặc sự giúp đỡ có thể đến với bạn vào ngày mai. Những tin tức về các quy định và điều khoản có thể đến bất ngờ trước sự dự đoán của công ty hay dự án. Nếu là một thông tin mới, nhất là các quy định của chính phủ hay cấp trên đến bất ngờ thì đó cũng không phải là điều tốt.

Về tài chính: Nếu bạn có những khoản cho vay hay mượn khó đòi thì đây là cơ hội để lấy lại. Số tiền có thể được hoàn trả trong tích tắc. Những tin tốt lành Về tài chính như tăng cổ phiếu, hay một chính sách công có lợi cũng có thể xảy ra. Ngược lại, Nguyên mẫu cũng cảnh báo những khoản chi tiêu quá tay đang làm bạn áp lực, sự lãng phí đến không báo trước làm cho bạn chi tiêu những khoản kha khá nằm ngoài dự liệu. Nhưng mức độ trầm trọng của vấn đề này không lớn và chỉ trong nhất thời.

Về tình yêu, vợ chồng: Nguyên mẫu cảnh báo sự kiểm soát nhau quá mức. Bạn và người yêu dường như đang quản lý nhau quá chặt chẽ. Điều đó có thể là một việc tốt nhưng không phải cho mọi trường hợp, bởi hiện tại có thể gây hiểu lầm và căng thẳng cho cả hai bên. Thả lỏng và thư thả, bạn sẽ thấy người mình yêu đáng tin như thế nào. Nguyên mẫu cũng cảnh báo sự chi tiêu quá mức cho tình yêu, tất nhiên tình yêu cần điều kiện để thăng hoa, nhưng cần chi tiêu hợp lý hơn cho những dự định tương lai như xây nhà, có con, mua xe...

Từ khóa: Ứng dụng, nghiên cứu, học bổng, phản ánh tin tức, quy định, quản lý; lãng phí, tản, rộng rãi, sang trọng, tin tức không thuận lợi.

61 - NGUYÊN MẪU NGƯỜI QUẢNG GIAO (NETWORKER ARCHETYPE)

"Lời nhã nhặn, lời ôn tồn, tựu trung là lời mãnh liệt nhất" - Glodden

Nguyên mẫu người quảng giao, mạnh thường quân, hay nhà liên kết, nhà mạng lưới hay kẻ xây dựng mạng lưới thông tin xuất hiện trong thần thoại với hình ảnh các vị thần như Hermes trong văn hoá Hi Lạp, Mercury trong văn hoá La Mã, hay thiên thần Raphael (đạo Do Thái) và Gabriel (Cơ đốc giáo). Họ là người truyền tin giữa các vị thần, các đấng siêu nhiên với con người. Đặc tính của Nguyên mẫu này là tính chất liên kết các nguồn

lực khác biệt để tạo nên sức mạnh to lớn. Trong thời hiện đại, Nguyên mẫu người quảng giao được thể hiện với sức mạnh của truyền thông, nó mang đến cho nhân loại nhiều sự liên kết và thông tin hơn. Nhưng mặt tối của Nguyên mẫu này chính sức mạnh liên kết và thông tin của nó bị thao túng, định hướng mang tính chất lợi ích cá nhân; mặt khác, Nguyên mẫu này khiến cho con người biết nhiều nhưng không thể hiểu và liên kết thông tin. Con đường để kích hoạt Nguyên mẫu này chính là sự trải nghiệm, vận dụng thông tin, và chia sẻ kiến thức cho những người xung quanh.

Về công việc, Nguyên mẫu diễn tả về suy tính đường đi trong tương lai. Cho dù, hoàn cảnh bây giờ của bạn rất thuận lợi, nhưng vẫn cần phải thận trọng trong việc nhỏ lẫn việc lớn. Việc nhỏ từ lời ăn tiếng nói, sẽ ảnh hưởng việc lớn, mà việc lớn sai một ly đi một dặm. Đây không phải là thời điểm tốt để mở rộng công việc làm ăn, mà nên ổn định nền tảng, cũng như tập trung đầu tư vào nhân lực, tìm kiếm thêm nhân tài cho doanh nghiệp. Nếu bạn chỉ đơn thuần làm những công việc nhỏ thì thời gian sắp tới cần khiêm tốn, làm việc đúng nguyên tắc. Vì sự phóng khoáng, không câu nệ, phá vỡ luật lệ sẽ khiến bạn mất thiện cảm với đồng nghiệp, cấp trên.

Về tài chính, một mặt Nguyên mẫu diễn tả bạn nhận được sự giúp đỡ tài chính từ một người được mô tả như trong Nguyên mẫu. Mặt khác, Nguyên mẫu là những dấu hiệu tốt đảm bảo về nguồn tài chính của bạn trong thời gian này. Tuy nhiên, nếu bạn được cho vay, hay dự tính cho vay thì cần phải cân nhắc kỹ lưỡng khả năng thu lợi nhuận, cũng như thu hồi vốn. Mặt khác, nếu có làm việc với người có tính cách như Knight of Pentacles thì bạn cần rõ ràng, nguyên tắc trong việc lợi ích, tiền bạc.

Về tình yêu, trong trường hợp bạn đang muốn tìm đến một mối quan hệ mới, thì Nguyên mẫu khuyên bạn nên xem xét lại những thất bại trong quá khứ, cũng như thay đổi bản thân. Còn trong một mối quan hệ, thì tình yêu không phải chỉ có toàn những điều ngọt ngào, tình yêu còn là sự chia sẻ trách nhiệm, nâng đỡ lẫn nhau qua khó khăn trong đời sống. Với chuyện vợ chồng, Nguyên mẫu hàm ý sự lười biếng trong cuộc sống, hay thiếu quan tâm lẫn nhau sẽ dẫn đến những ức chế tâm lý và dần dần sinh ra mâu thuẫn sâu sắc.

Từ khóa: Khôn khéo, kiên trì trong những vấn đề thực tế; ích lợi, sẵn sàng quan tâm, giúp đỡ; trách nhiệm, ngay thẳng toàn diện; sự trì trệ, biếng nhác; sự thực dụng, ngu ngốc, hám lợi và ghen tuông, chán nản và bất cẩn.

62 - NGUYÊN MẪU NỮ TU (NUN ARCHETYPE)

"Đạo sinh chi, đức súc chi, vật hình chi, thế thành chi (Đạo sinh ra muôn vật, Đức nuôi nấng muôn vật, vật chất làm cho muôn vật có hình, tình thế của hoàn cảnh làm cho muôn vật mỗi vật thành một khác)" - Lão Tử

Nguyên mẫu người nữ tu, hay ma sơ, hay nữ tu mang theo hai phẩm chất, thứ nhất chính là sự thực hành tâm linh để chuyển hoá tinh thần, hướng đến thánh linh trong tâm hồn. Thứ hai, chính là sự quan tâm, chăm sóc và che chở cho những người yếu thế, các sinh linh mỏng manh. Ở mặt sáng, Nguyên mẫu này không chỉ chăm sóc che chở về mặt trần thế, mà còn che chở, dẫn dắt kẻ đau khổ, yếu đuối trên con đường tâm linh. Ở mặt tối, Nguyên mẫu này trở nên cảm xúc cực đoan, thiếu mất ánh sáng lý trí, nội tâm trở thành vùng nước đen

tối ô nhiễm tâm hồn. Cách kích hoạt cân bằng Nguyên mẫu này, chính là tình yêu thương cần được trí tuệ dẫn dắt.

Về công việc, đây là một Nguyên mẫu tốt về công việc, công sức bạn bỏ ra trong quá khứ đã gần tới ngày thu hoạch. Mặt khác, Nguyên mẫu còn ám chỉ sự giúp đỡ của những người bạn đã quen biết lâu năm. Với doanh nghiệp, Nguyên mẫu báo hiệu về thời gian phát triển sắp tới. Tuy nhiên, cần đầu tư tài chính để phát triển nguồn nhân lực. Bên cạnh đó, còn cần phải có sự liên kết chặt chẽ với các doanh nghiệp cũng ngành khác để ứng phó với thị trường đầy biến động, đồng thời cùng nhau nắm bắt lấy những cơ hội lớn, có lợi cho tất cả.

Về tài chính, trái ngược với công việc, Nguyên mẫu cho thấy bạn cần phải điều chỉnh lại nguồn tiền của mình vì khoảng thời gian tới bạn sẽ có nhiều việc phải chi tiêu. Mặt khác, bạn cần để nguồn tiền luân chuyển chứ không phải là khư khư giữ chặt, vì điều này không sinh ra lợi nhuận. Cần tính toán kỹ lưỡng trong việc đầu tư buôn bán bất động sản, cũng như việc vay mượn các khoản tiền lớn. Trường hợp bạn muốn hùn hạp làm ăn với người khác thì không nên bỏ ra một số tiền lớn trong thời điểm này.

Về tình yêu, Nguyên mẫu thể hiện một tình cảm sâu sắc, thậm chí đến si mê. Bạn có thể sẽ có những người yêu khác, nhưng sẽ khó mà quên được tình cảm mà bạn đã từng dâng hiến tất cả. Tuy nhiên, ở trong một mối quan hệ, bạn nên mở lòng, để chia sẻ về quá khứ của mình với đối phương. Quá khứ ấy có thể đẹp, hoặc không toàn vẹn, nhưng đây là một cách mở lòng, để người yêu bạn hiểu rõ bạn hơn, và hơn hết là để bạn có thể tự chiêm nghiệm lại bản thân. Trong chuyện vợ chồng, để giữ cho chuyện gia đình yên ấm thì ở vị trí người vợ cần sự nhường nhịn, nhưng không nhẫn nhục mà nên lựa thời điểm chồng bớt nóng giận để nói chuyện rõ ràng, đừng chú ý đến ai đúng ai sai, mà là quan trọng là mối quan hệ vợ chồng.

Từ khóa: Sự giàu có, quảng đại, sang trọng, an toàn, tự do; người phụ nữ rộng lượng, có lòng tốt; xấu xa, nghi ngờ, sợ hãi, đau ốm; lòng tin bị đặt nhầm chỗ; thiếu quyết đoán, dễ thay đổi.

63 - NGUYÊN MẪU TÀI TỬ (DILETTANTE ARCHETYPE)

"Người nghèo hy vọng được một thứ, người xa xỉ hy vọng được rất nhiều thứ, người tham lam hy vọng được tất cả" - Mark Twain

Nguyên mẫu Tài tử (tay mơ, người mơ mộng, người có tài nghệ thuật, nhà nghệ thuật) trong tiếng Latinh có ý nghĩa ham thích, sự ham thích này được thể hiện ở việc yêu thích nghệ thuật sáng tạo, có kiến thức và biết nhiều nhưng lại không chuyên sâu ở lĩnh vực này. Sâu xa bên trong, Nguyên mẫu này là sự tìm kiếm những cảm giác mới mẻ thông qua sự hiểu biết đa chiều, làm cho cuộc sống đa dạng và phong phú hơn. Nguyên mẫu này

thể hiện ở những người đa năng, linh hoạt trong nhiều trường hợp. Nhưng ở mặt tối, Nguyên mẫu này khiến người ta bị rối loạn bởi những thông tin trong cuộc sống, không đủ kiên nhẫn để tìm thấy ý nghĩa thực sự hay tiếp cận những tinh hoa trí tuệ sâu xa, khiến cho cuộc sống của họ trở nên hời hợt và khô kiệt cảm xúc. Với Nguyên mẫu này, bạn cần nuôi dưỡng sự khao khát những tri thức sâu xa hơn, để có thể thăng hoa tinh thần và trí tuệ của chính mình.

Về công việc: Những toan tính mà bạn và công ty hay dự án đang thực hiện rất hoàn mỹ, sự thành công sẽ đến như mong đợi. Bạn có một cấp trên có cái đầu khôn ngoan, điều này là lợi thế không gì sánh được. Tuy nhiên, vai trò của bạn trong công ty không được coi trọng, hoặc bị xếp loại thứ yếu. Nhược điểm của Nguyên mẫu này là sự thành công có thể kích thích những cái đầu tính toán và giành lợi ích về phía mình, sự tham lam vô độ là nguy cơ làm sụp đổ của những thành công tiếp theo. Đối với những người có quyền lực (hoặc ám chỉ bạn, hoặc người xung quanh), sự tham nhũng đôi khi trở nên rất trầm trọng và nguy hại. Nếu bạn có những biểu hiện như vậy, hãy suy nghĩ kỹ về sự nguy hại của nó.

Về tài chính, Nguyên mẫu ám chỉ sự thoải mái trong tiền bạc và chi tiêu, nhưng nó cũng hàm ý sự tham lam và xấu xa được thúc đẩy bởi tiền bạc. Tham nhũng tiền bạc là một trong những điều Nguyên mẫu cảnh báo. Nguyên mẫu không phán xét bạn, nhưng cảnh báo bạn những điều tồi tệ có thể xảy đến từ những hành vi này. Những gian dối toan tính xấu trong kinh doanh cũng là một phần cảnh báo của Nguyên mẫu. Nếu bạn rơi vào hoàn cảnh này, hãy tỉnh táo nhé.

Về tình yêu, vợ chồng: Nguyên mẫu không ám chỉ trực tiếp đến vấn đề này. Tuy nhiên, sự thuận lợi ở trí tuệ có thể giúp bạn thuận lợi hơn khi mới bắt đầu yêu. Đây là thời điểm dành cho sự giúp đỡ hào phóng và ga lăng nếu gia đình hay bản thân người yêu có vấn đề khó khăn về tài chính hay công việc. Sự khôn ngoan của bạn sẽ được đánh giá cao trong mắt nàng. Vì vậy, đừng ngại nêu lên ý kiến, nhận định và cả lời khuyên đối với gia người yêu hay bản thân người yêu của bạn nếu có cơ hội.

Từ khóa: Dũng cảm, thực hiện kinh doanh, thông minh, năng khiếu trí tuệ bình thường, các thành tựu toán học, thành công; thực dụng, thứ yếu, xấu xa, sự hư hỏng, tham nhũng, nguy hiểm.

Chương lăm:

NGUYÊN MẪU LIÊN QUAN ĐẾN Ý CHÍ

64 - NGUYÊN MẪU TRẺ TẬT NGUYỀN (WOUNDED CHILD ARCHETYPE)

"Quả của trí tuệ có ba loại: một là suy nghĩ chu đáo, hai là lời nói thích đáng, ba là hành vi công chính" - Democritus (Hy Lạp)

Nguyên mẫu đứa trẻ bị tổn thương, hay đứa trẻ tật nguyền là những đứa trẻ có dị tật hoặc dưới hình dạng xấu xí một cách đặc biệt. Nguyên mẫu này xuất hiện trong tâm thức những người có những vấn đề thời thơ ấu như bị ngược đãi, bị bỏ rơi, bị tổn thương. Sự phát triển thể chất được diễn ra tiếp theo đó, nhưng sự phát triển về tinh thần bị chặn lại bởi những kí ức đau khổ. Từ đây, những vấn đề đau khổ của người trưởng thành có sự liên hệ mật  thiết với Nguyên mẫu đứa trẻ tổn thương. Người ta cố gắng né tránh nỗi đau bằng cách chạy theo và chinh phục những mục tiêu bên ngoài, nhưng lại không dám đối mặt, nhận thức với những kí ức đau khổ quá khứ, rồi lại tiếp tục lặp lại những vấn đề đó lên người khác xung quanh họ. Ở mặt sáng, những người trải qua Nguyên mẫu đứa trẻ bị tổn thương có cơ hội lớn để đối diện với chính mình, và phát triển sự yêu thương và tha thứ, để thấy rằng những người trực tiếp gây ra những tổn thương cho bản thân cũng đang chìm trong sự đau khổ. Ở mặt tối, Nguyên mẫu này khiến người ta chạy trốn cuộc sống, có tâm lý đổ lỗi tất cả mọi vấn đề hiện tại là do tổn thương quá khứ.

Về công việc, Nguyên mẫu báo hiệu thời gian sắp tới công việc của bạn sẽ gặp những trục trặc bất ngờ. Và thời điểm này, bạn cần lên nhiều phương án dự phòng để có thể ứng phó với các sự kiện xảy ra đột ngột. Mặt khác, Nguyên mẫu diễn tả về sức mạnh tinh thần, khả năng lập kế hoạch tốt, cũng như việc giao tiếp tốt sẽ giúp bạn phát triển công việc một cách thuận lợi. Tuy nhiên, nếu bạn sử dụng khả năng của mình để thu lợi bất chính, thì sẽ có ảnh hưởng lớn cho danh tiếng của bạn về sau này.

Về tài chính, bạn cần xem xét lại danh sách các mục chi tiêu trong thời gian vừa qua để có sự điều chỉnh hợp lý về nguồn tài chính. Đây không phải là thời gian tốt để mua sắm quá nhiều, hãy đầu tư vào các lĩnh vực mới. Tuy nhiên, nếu bạn dự tính vay mượn để phát triển công việc, thì Nguyên mẫu lại là tín hiệu tốt.

Đồng thời, Nguyên mẫu còn ám chỉ đến những tranh cãi liên quan đến tiền bạc cho vay mượn giữa bạn bè, người thân. Trường hợp bạn đang chần chừ không quyết trước một cơ hội lớn, thì bạn nên hỏi xin ý kiến của những người có chuyên môn, đã đi trước trong lĩnh vực này.

Về tình yêu, nếu bạn đang muốn nhắm đến người nào đó, hãy chú ý đến khả năng giao tiếp của bạn. Việc khơi gợi cuộc trò chuyện theo cách khéo léo, duyên dáng sẽ giúp bạn tạo được nhiều thiện cảm với đối phương. Trong mối quan hệ, Nguyên mẫu cho thấy sự sòng phẳng, lý trí, tính toán, điều này sẽ khiến mối quan hệ trở nên nặng nề, phiền não. Ở trường hợp vợ chồng, đây là thời điểm cần phải tính toán, lập kế hoạch lại những khoản chi tiêu trong gia đình để tránh vì tài chính mà có tranh cãi.

Từ khóa: Sự chiến thắng, vinh quang; cường điệu hóa mọi thứ; sức mạnh to lớn trong tình yêu lẫn thù hận; khởi phát suy nghĩ, hướng tư duy mới, ý niệm; sự ngại ngùng, vô vọng, tình yêu mù quáng và tuyệt vọng; ích kỷ và thực dụng.

65 - NGUYÊN MẪU NGƯỜI HOÀ GIẢI (MEDIATOR ARCHETYPE)

"Lý tưởng là ngọn đèn sáng chỉ đường. Không có lý tưởng thì không có phương hướng xác định; không có phương hướng thì không có cuộc sống" - Lev Tolstoy

Nguyên mẫu người hoà giải, hay người dàn xếp, người thu xếp, người trung gian đàm phán, mang theo năng lượng để cân bằng giữa những nguồn lực đối kháng với nhau, năng lực của Nguyên mẫu này chính là sự kiên nhẫn, khả năng giao tiếp khéo léo và đánh giá tình huống linh hoạt. Trong các câu chuyện thần thoại, chuyến hành trình của người anh hùng luôn có sự đồng hành của  người hoà giải. Nguyên mẫu người hoà giải được kết nổi trong văn hoá Ai Cập cổ với hình tượng của thần Thoth, người đứng giữa các vị thần; luôn cho họ những lời khuyên thông thái. Trong cuộc sống, mỗi gia đình hay cộng đồng luôn có người giữ vai trò cuả người hoà giải, để giúp mọi người có thể vượt qua các tranh chấp, và hàn gắn mối quan hệ. Ở mặt tối, Nguyên mẫu này hành động với lòng tham và sự vị kỷ; việc hoà giải được thực hiện để đạt được mục đích cá nhân về danh lợi, mặt khác, sự hoà giải lại không đưa đến hoà bình mà càng thúc đẩy xung đột và bất hoà. Con đường kích hoạt Nguyên mẫu này chính là niềm khao khát trí tuệ và sự giúp đỡ nhân loại.

Về công việc, Nguyên mẫu cho thấy bạn có thể gặp phải nhiều vấn đề khó khăn trong công việc trong thời gian tới. Điều mà bạn nên làm là giữ bình tĩnh, và tránh bị ảnh hưởng bởi người khác vì bản thân bạn đủ sức kiểm soát giải quyết chúng. Đây không phải là thời gian tốt để ký kết các hợp đồng. Trường hợp bạn muốn phát triển hay bắt đầu một dự án ở lĩnh vực mới thì bạn nên xin lời khuyên từ những người bạn có kinh nghiệm trong lĩnh vực này. Mặt khác, đây là thời điểm bạn cần giữ đúng lẽ luật chứ không phải là lách luật trong công việc.

Về tài chính, bạn sẽ tìm ra hướng giải quyết các vấn đề trong thời gian tới. Nguyên mẫu báo hiệu những cơ hội mang lại một nguồn tài chính cho bạn. Mặt khác, bạn cần cân nhắc cẩn thận với những chi tiêu, đầu tư lớn trong khoảng thời gian này vì còn những khó khăn ẩn giấu mà bạn vẫn chưa thể tiên liệu. Đồng thời, trong các giao dịch về tài chính, bạn cần phải có giấy tờ xác nhận để tránh những rủi ro đáng tiếc trong tương lai.

Về tình yêu, Nguyên mẫu diễn tả sự phân vân, cân nhắc không xác định trong suy nghĩ, cảm xúc. Trường hợp đang đứng trước hai lựa chọn, thì bạn vẫn cần thêm thời gian để xác định bản thân thương ai. Mặt khác, thời điểm này bạn nên im lặng, giữ thế cân bằng, không nên tranh cãi với người kia trong những vấn đề nhỏ nhặt nhất. Với chuyện vợ chồng, sự hoài nghi quá mức sẽ khiến cho đối phương cảm thấy mệt mỏi chán chường. Nguyên mẫu đưa đến lời khuyên về việc trao đổi thẳng thắn suy nghĩ, nhu cầu của bản thân với người kia, thay vì suy nghĩ xa vời không hành động.

Từ khóa: Sự cân nhắc, tuân thủ và quân bình; hiện thân cho lòng dũng cảm, tình bằng hữu, hòa thuận; bình yên; bạn bè giả tạo, đối trá, bội tín, trở mặt.

66 - NGUYÊN MẪU SỞ KHANH (DON JUAN ARCHETYPE)

"Một nửa thế giới không thể hiểu hạnh phúc của người khác" - Jane Austen

Nguyên mẫu kẻ quyến rũ thường được liên tưởng đến Don Juan hay Casanova, với nguồn năng lượng dục năng tràn đầy. Nguồn năng lượng này thường được đồng hoá với năng lượng tình dục, và thường thể hiện ra với việc ám ảnh hay nghiện tình dục. Nguyên mẫu này dễ có khuynh hướng thúc đẩy con người chạy theo việc tìm kiếm những cảm xúc khoái lạc trong tình cảm, từ sự chinh phục những mục tiêu khác nhau; gián tiếp tạo ra sự đau

khổ, mất mát niềm tin. Sâu xa bên trong những biểu hiện này là nhu cầu thể hiện, kiểm soát và chinh phục để thoả mãn bản ngã bên trong. Ở mặt sáng, Nguyên mẫu này có thể chuyển hoá dục năng thành năng lượng yêu thương thì sức lan toả năng lượng sẽ rộng rãi; họ sẽ trở thành những người có nhiều sức sống, thu hút được sự yêu mến của nhiều người xung quanh. Trong mặt tối, Nguyên mẫu này làm bành trướng năng lượng ham muốn, khiến người đó luôn khao khát phải kiểm soát, phải có người chú ý, làm giảm đi sự kết nối và thấu hiểu.

Về công việc: Công việc đang ở tình trạng đình trệ, tinh thần làm việc sa sút. Đây là Nguyên mẫu tồi tệ về vấn đề này. Sự chia rẽ và mất phương hướng ở công ty, dự án đã đến mức tan rã. Dường như mọi cứu cánh nhằm phục hồi tình trạng cũ đã không còn hiệu lực. Sự suy sụp này không phải nằm ở vấn đề vật chất mà nằm ở vấn đề tinh thần. Nguyên mẫu cho thấy vấn đề công việc không chỉ phụ thuộc vào các yếu tố vật chất bên ngoài, mà còn ở yếu tố tinh thần bên trong. Lời khuyên là tìm ra chìa khóa hay khúc mắc tâm hồn đang làm rối loạn công việc. Dù vậy, tính khả quan của việc phục hồi thật sự không cao.

Về tài chính: Sự đổ vỡ, mất mát bởi chính lòng tin và trách nhiệm bị đánh mất. Niềm tin ở hai bên đối tác đã không còn. Nếu đang cho vay, bạn có nguy cơ không thể tiếp tục tìm được người chịu vay; nếu đang đi vay, bạn có nguy cơ không tìm được người cho vay. Vấn đề còn lớn hơn, khi người cho vay hay đang vay nay sẽ rút lại lời hứa. Những mất mát có thể còn lớn hơn, như đổ nợ, hay không thể thu hồi lại khoản tiền vay. Lời khuyên là hãy tạm ngừng cho vay, hay đi vay, vì bạn cần cẩn trọng hơn trong việc lựa chọn đối tác.

Về tình yêu, vợ chồng: Không khác biệt nhiều so với vấn đề gia đình, người thân. Tuy nhiên, Nguyên mẫu có thể đi đến những đặc thù về tình yêu: sự trả thù, ly dị, hay ly thân. Sự đổ vỡ có thể diễn ra dễ dàng hơn bạn tưởng, đôi khi bởi những lý do khá kỳ dị. Sự thay đổi đã đến mức không thể chịu nổi cho cả hai. Sự rối loạn của cả hai sẽ dẫn đến nhiều rắc rối hơn như gia đình hai bên, con cái, tiền bạc, tài sản... Lời khuyên là nên bình tĩnh trước khi quyết định điều gì, nhất là khi nó ảnh hưởng đến cả những vấn đề sau này như ly thân hay ly dị.

Từ khóa: Buồn khổ, biến mất, vắng mặt, chậm trễ, chia, vỡ, phân tán, sự tha hóa tâm thần, lỗi, mất mát, mất tập trung, rối loạn.

67 - NGUYÊN MẪU TĂNG LỮ (MONK ARCHETYPE)

"Bệnh tật làm cho sức khỏe trở thành niềm vui, việc xấu làm cho việc tốt trở thành niềm vui, cái đói làm cho cái no trở thành niềm vui, mệt mỏi làm cho nghỉ ngơi trở thành niềm vui" - Democritus (Hy Lạp)

Nguyên mẫu tăng lữ, hay nhà tu hành, tu sĩ, nhà sư gắn liền với những phẩm chất tinh thần, sự tận tuỵ, phụng hiến để tìm kiếm trí tuệ tâm linh. Họ được thúc đẩy bởi niềm tin vào con đường của chính họ trải nghiệm, để tìm kiếm những trải nghiệm siêu nhiên, hướng đến sự hợp nhất với thượng đế bên trong. Chính vì thế, họ có khuynh hướng rút lui, trú mình, dành thời gian tĩnh tại và suy niệm. Ở mặt sáng, khi có được những thực nghiệm tâm linh chân  thực, Nguyên mẫu này không còn sự phân biệt trong đời sống, họ có thể thực hành tâm linh ở bất kì đâu, và hướng đến sự giúp đỡ hỗ trợ về mặt phát triển tâm linh của người khác. Ở mặt tối, Nguyên mẫu này có thể trở nên quá sùng tín mù quáng, đánh mất ánh sáng tự thân; một mặt khác, lòng tham có thể thông qua Nguyên mẫu này để kiểm soát tinh thần, và khiến những người khác lệ thuộc vào nó. Để kích hoạt Nguyên mẫu này, cần phải trải qua giai đoạn "đêm tối của linh hồn"; một quá trình mà thánh John Thánh Giá đề cập đến trước khi có thể được sự mặc khải từ thượng đế.

Về công việc, đây không phải là thời điểm để bạn phát triển công việc nhanh chóng. Bạn cần thực hiện mọi thứ trong im lặng. Sự tính toán kỹ lưỡng sẽ giúp bạn có thể ứng phó nhanh chóng với các tình huống phát sinh. Trong công việc, bạn nên dành thời gian để nghỉ ngơi, đồng thời suy tính về con đường phát triển lâu dài của bản thân. Trường hợp bạn đang chuẩn bị một dự án, kế hoạch mới, thì Nguyên mẫu nhắc nhở bạn cần xem xét lại bản kế hoạch, sự ăn ý của những người làm cùng, nguồn tài chính...

Về tài chính, nếu bạn đang trong giai đoạn tài chính khó khăn thì Nguyên mẫu mang đến những tín hiệu khả quan là giai đoạn này sẽ chấm dứt nhanh trong thời gian tới. Mặt khác, thời điểm này bạn cần phải tính toán điều tiết lại nguồn tiền của doanh nghiệp, bản thân, gia đình. Ở trường hợp khác, bạn nên lựa lời từ chối khéo léo những khoản vay mượn tiền bạc trong thời gian này, vì bạn sẽ khó thu hồi lại trong thời gian ngắn. Bên cạnh đó, đây cũng không phải là thời điểm thích hợp để mua sắm những vật dụng đắt tiền, vì chúng mang đến những phiền toái không đáng có.

Về tình yêu, nếu bạn đang cô đơn, hoặc chuẩn bị bước vào một mối quan hệ mới thì đây chưa phải là thời điểm thích hợp tìm kiếm hay bắt đầu. Vì bản thân bạn cần phải tự thấu hiểu chính bản thân mong muốn điều gì, cũng như cần nhiều thông tin hơn trước khi bắt đầu. Trong một mối quan hệ, việc bất hòa cãi vã là không tránh khỏi, vào những giây phút bão tố ấy, hai bạn cần im lặng và để đối phương có khoảng không gian riêng bình tĩnh lại. Với chuyện vợ chồng, Nguyên mẫu nhắc đến các gánh nặng về kinh tế, đòi hỏi hai vợ chồng phải cùng nhau chia sẻ áp lực.

Từ khóa: Sự đình chiến, nghỉ ngơi sau khi vượt qua nỗi buồn; nỗi cô đơn, sự thoái lui; sự tĩnh tại của người ẩn sĩ; sự lưu đày; quan tài và mộ huyệt; sự quản lý khôn ngoan, kinh tế, tính thận trọng, tham vọng, sự phòng ngừa, di chúc.

68 - NGUYÊN MẪU KẺ PHÁ HOẠI (SABOTEUR ARCHETYPE)

"Nhân nghĩa làm cao con người. Tiền tài danh vọng làm nhục con người" - Euclide

Nguyên mẫu kẻ phá hoại, kẻ phá phách, kẻ gây lộn xộn, kẻ gây náo loạn, mang đến cho tâm thức của bạn một nguồn năng lượng to lớn nhưng đui mù, chính tâm trí của bạn phải trở thành đôi mắt của nguồn lực này. Huỷ hoại và tái sinh là những thái cực đồng nhất trong quá trình chuyển đổi của vũ trụ, và trong tâm thức con người. Chỉ khi phá huỷ những thói quen không còn phù hợp, đánh vỡ cái nhìn sai lầm ngăn cách bạn với thế giới thực tại bên ngoài, bạn mới có thể tìm thấy được bản chất thực sự của chính mình. Ngược lại, khi bạn không thể kiểm soát được thì năng lượng của sự huỷ hoại sẽ nhấn chìm bạn,

khiến bạn có xu hướng huỷ hoại bản thân hay huỷ hoại người khác, sự vật khác để trốn chạy với việc đối diện với cảm xúc thực sự của mình. Hay cực đoan khác, Nguyên mẫu này trở nên bất chấp không từ thủ đoạn mưu kế để đạt được mục đích đánh bại kẻ khác.

Về công việc: Tuy không xác định được vấn đề gặp phải là gì, nhưng bạn đang cực kỳ chán nản. Cảm giác mọi thứ đang ruồng bỏ bạn. Nếu công ty đang trong tình trạng tồi tệ, thì Nguyên mẫu này cho thấy sẽ còn có thể tệ hơn. Nhiều Nguyên mẫu ám chỉ sự khó khăn trong công việc nhưng thường ở mặt vật chất, Nguyên mẫu này đặc biệt dành cho lĩnh vực tinh thần. Nó thể hiện sự thất bại trong ý chí chiến đấu, trong suy nghĩ và lý tưởng. Trong trường hợp công ty đang ổn định, nó cho thấy dấu hiệu muốn an phận và không còn nhiệt huyết nữa. Điều cần làm là nên chuẩn bị để đối mặt với các vấn đề này, một khoá huấn luyện kỹ năng mềm về sự năng nổ trong công việc là không thừa.

Về tài chính: Nguyên mẫu thể hiện một tình trạng tiền bạc trung bình. Bạn không quá thiếu thốn, nhưng không có quá nhiều tiền để tiêu phí. Nó thể hiện tình trạng mất phương hướng trong việc đầu tư. Công việc hiện tại của bạn chỉ mang lại số tiền vừa đủ, và bạn cũng đang cam phận với số tiền ít ỏi đó. Lý tưởng và sự chán nản tranh đấu nhau trong tinh thần của bạn. Lời khuyên là hãy tỉnh táo và nhớ rằng điều gì làm bạn hạnh phúc.

Về tình yêu, vợ chồng: Nguyên mẫu thể hiện tình

trạng vợ chồng không cùng mục đích. Nguyên mẫu không phải là sự đổ vỡ tình cảm. Sẽ chẳng có vấn đề ly dị hay ly thân. Đây là sự đổ vỡ niềm tin. Quyết định trong gia đình của bạn sẽ ít được tôn trọng hơn. Điều này cũng thường xảy ra sau khi quyết định sai lầm của bạn gây tổn hại nghiêm trọng đến hoàn cảnh gia đình. Niềm tin sẽ dần phục hồi khi tình trạng được giải quyết thoả đáng.

Từ khóa: Thất bại, tuyệt vọng, ác nghiệt, độc ác, tàn bạo; tang tóc, buồn thảm, tai ách; ô nhục, hèn hạ, bất chấp luật lệ; sự mất mát, chôn cất, nghi thức tang lễ.

69 - NGUYÊN MẪU NHÀ NGỘ ĐẠO (GNOSTICIST ARCHETYPE)

"Con người có thể thay đổi hoàn cảnh, nơi ở, nhưng không thể thay đổi tâm hồn của mình" - Sitaire

Nguyên mẫu nhà ngộ đạo, nhà thần bí học, nhà huyền thuật, nhà tâm linh có sự khác biệt với sự tìm kiếm tâm linh, chính là họ từ bỏ tất cả những ràng buộc thế tục, lẫn ràng buộc tinh thần để lên đường đi theo đuổi tri thức huyền bí. Con đường đi của họ là đơn độc, đầy gian khổ và đôi khi bị sự ngăn cản hay hiểu nhầm từ người khác. Trải nghiệm tinh thần của họ là siêu việt ngoài ngôn ngữ, không thể diễn bày trực tiếp cho

người khác, đó là trạng thái xuất thần hoà nhập với toàn thể vũ trụ, không còn sự phân tách. Trong các văn hoá truyền thống lớn đều có những người thể hiện tinh thần Nguyên mẫu nhà thần bí như trong Cơ Đốc Giáo: Têrêsa thành Ávila, Meister Eckhart, William Law, Hildegarde xứ Bingen. Hay Do Thái giáo: Ba'al Shem Tov, Moses ben Nahman, Abraham Abulafia; Hồi giáo: Rabi'a, Ibn al-'Arabi, Mansur al-Hallaj; Phật giáo:Bodhidharma, Milarepa, Bankei, Pema Chödron. Ở mặt tối, Nguyên mẫu nhà thần bí bị bản ngã tham lam thao túng, trở nên đánh mất mục tiêu và sử dụng tri thức thần bí để mưu lợi cho bản thân. Con đường để kích hoạt Nguyên mẫu này chỉ có thể diễn tả thông qua chính trải nghiệm thần bí.

Về công việc, Nguyên mẫu cho thấy tình trạng mệt mỏi của bạn. Bạn cần nghỉ ngơi và san sẻ công việc cho người khác. Nếu bạn muốn thay đổi công việc song còn nhiều vướng mắc thì Nguyên mẫu khuyên bạn nên dứt khoát vì đây là thời điểm thích hợp. Mặt khác, thay đổi địa điểm kinh doanh, cách bài trí văn phòng làm việc sẽ khiến mọi thứ của bạn suôn sẻ hơn. Trường hợp muốn bắt đầu kế hoạch, dự án thì bạn phải tìm kiếm thêm thông tin, sự giúp đỡ từ bên ngoài.

Về tài chính, tình trạng khó khăn về tài chính của bạn sẽ có chuyển biến lớn trong thời gian tới. Nguồn tiền được khơi thông, song bạn bây giờ vẫn cần tiết chế bản thân, tránh sự thiếu tính toán trong chi tiêu, hay xa hơn là đầu tư mạo hiểm. Trong trường hợp muốn đầu tư vào lĩnh vực mới thì bạn cần tham khảo những người có kinh nghiệm. Bên cạnh đó, bạn cần rõ ràng Về vấn đề tài chính với những người làm cùng, sự thiếu minh bạch sẽ đưa đến mâu thuẫn trong nội bộ.

Về tình yêu, trong trường hợp bạn và người yêu đang có cãi vã, một trong hai bạn cần phải im lặng, lắng nghe để đối phương nguôi giận. Nếu cả hai đều nóng thì mâu thuẫn sẽ bị đẩy lên cao, tệ nhất là có thể dẫn đến tan vỡ. Bên cạnh đó, khi bạn vẫn còn độc thân thì đây không phải là thời điểm tốt để bắt đầu một mối quan hệ mới, nếu bạn vẫn còn ưu tư, nhung nhớ những kỷ niệm đẹp đẽ với tình cũ. Với chuyện vợ chồng, Nguyên mẫu đề cập đến sự chia sẻ, bộc bạch đồng thời thay đổi những thói quen không còn phù hợp sẽ giúp tình cảm tốt đẹp hơn.

Từ khóa: Thành công sau lo lắng và khó khăn; sứ giả, người đưa tin, chuyến du hành, chuyến hải trình, truyền đạo; sự minh bạch, thấu hiểu và tập trung; sự kiêu hãnh nhưng đôi khi khiêm tốn; sự tuyên bố, bộc bạch, sự công khai, có thể là lời thú nhận tình cảm, lời cầu hôn; sự mặc khải, điều bất ngờ; đôi lúc có thể là kết quả không thuận lợi từ vụ kiện.

Ẩn phụ (Minor Arcana) – Bộ kiếm (Sword Suit) 253

70 - NGUYÊN MẪU KẺ TRỘM (THIEF ARCHETYPE)

"Kẻ phản bội tổ quốc, đầu hàng ngoại bang, vừa không được sự tôn trọng của ngoại bang, vừa bị sự khinh miệt của đồng bào" - Aisopos (Hy Lạp)

Nguyên mẫu kẻ trộm, hay kẻ trộm cắp, ăn cắp, ăn trộm xuất hiện rất nhiều trong thần thoại và cổ tích. Trong thần thoại kể về chuyện Prometheus đánh cắp lửa của các vị thần cho con người nên chịu trừng phạt, đây là hình ảnh rất sống động của Nguyên mẫu kẻ trộm. Nguyên mẫu này mang theo những phẩm tính liên quan đến tính toán, khả năng che dấu, cũng như sự ngụy trang để đạt được mục tiêu cần thiết. Nhưng

hình mẫu Prometheus hay kẻ trộm ánh sáng lại hoạt động với mục tiêu hướng về nhiều người khác, để giúp cộng đồng thoát khỏi tình trạng đau khổ chung. Mặt tối của Nguyên mẫu này là sự trộm cắp phục vụ cho mục đích cá nhân, và tổn hại lên người khác. Sự sao chép vô hồn cũng xuất hiện trong mặt tối của kẻ trộm. Để kích hoạt Nguyên mẫu này toàn vẹn, thì sự sao chép hay đánh cắp cần được ném vào lửa đốt bằng linh hồn của bạn, để tinh luyện ra tiếng nói của riêng bạn, một tiếng nói phụng sự cho con người và chân lý.

Về công việc: Nguyên mẫu ám chỉ kế hoạch không đạt được trọn vẹn. Nếu dự tính ban đầu cho dự án hay Nguyên mẫu báo hiệu rằng những dự tính ban đầu cho dự án hay công ty sẽ phải gặp những vấn đề rắc rối. Các kế hoạch nếu có cũng sẽ bị đảo lộn một phần và không thể kết thúc hoàn hảo. Dù vậy Nguyên mẫu cũng chỉ rõ là bạn sẽ thành công, nhưng thấp hơn dự định. Vì vậy, không nên quá lo lắng mà nên thoải mái với kết quả mình đạt được. Bạn cũng cần thận với các trường hợp bị quy trách nhiệm, hoặc bị đổ tội trong công việc.

Về tài chính: Nguyên mẫu báo trước sự thiếu hụt các khoản nợ cũ, hoặc sự bấp bênh không mong muốn Về tài chính. Nếu bạn có khoản cho vay và đến hẹn lấy lãi hay thu hồi vốn thì có lẽ bạn không may mắn lấy được toàn bộ. Nếu là một khoản đầu tư sinh lợi thì bạn sẽ phải đợi dài hơn để thu lại được phần góp của mình. Những kế hoạch thu tiền hay các dự trù Về tài chính ít nhiều sẽ bị thiếu hụt. Bạn nên chuẩn bị cho mình những thứ nhất thiết phải mua và những thứ có thể mua sau, để cân đối số tiền vào thời điểm này.

Về tình yêu, vợ chồng: Tương tự vấn đề gia đình, Nguyên mẫu chỉ ảnh hưởng gián tiếp thông qua các vấn đề khác. Sự thiếu hụt có thể ảnh hưởng đến các dự định của bạn như lễ thành hôn, lễ kỷ niệm hay các kỳ trăng mật. Các sự kiện này dường như ít tác động mạnh lên đa số mọi người, nhưng trong vài trường hợp cá biệt đã kể trên thì đây là Nguyên mẫu không đáng mong đợi chút nào. Bạn có thể tiếp tục các dự định đó với chi phí thấp hơn mà vẫn đảm bảo được tình cảm.

Từ khóa: Thiết kế, cố gắng, hy vọng, sự cãi nhau, một kế hoạch thất bại, khó chịu, thiết kế không chắc chắn, tư vấn, hướng dẫn, vu khống, đổ tội.

71 - NGUYÊN MẪU BÌNH THOẠI SƯ (STORYTELLER ARCHETYPE)

"Mỗi khi đối mặt với thử thách, hãy tìm một lối đi chứ không phải là một lối thoát" - David L. Weatherfod

Nguyên mẫu người kể chuyện, người hát rong, người kể chuyện dạo hay bình thoại sư luôn xuất hiện trực tiếp hay gián tiếp trong các câu chuyện cổ tích, phẩm chất của Nguyên mẫu này là sự kiếm tìm điều mới mẻ, thú vị với tinh thần chia sẻ những điều ấy với mọi người. Năng lực đặc biệt của người kể chuyện chính là biến các chi tiết hay con người bình thường trở thành bất hủ. Mỗi chúng ta đều mang trong mình tinh thần

của Nguyên mẫu người kể chuyện, luôn khao khát kiếm tìm điều mới mẻ, kì lạ, thậm chí điên rồ để rồi vô tư chia sẻ cho đồng bạn ở bên cạnh. Mặt tối của

Nguyên mẫu người kể chuyện chính là sự dối trá, khác với phóng đại chính là câu chuyện dối trá không bắt nguồn từ sự thật và không dẫn đến điều thánh thiện, mà chỉ nhằm vào mục đích thoả mãn bản ngã riêng. Trong nhiều trường hợp, năng lượng của Nguyên mẫu này khiến người ta trở nên mạnh mẽ một cách điên rồ trong mắt thế gian khi dám kể những câu chuyện sự thật chống sự áp bức tàn ác; và sự điên rồ trong mắt trần lại là sự quả cảm thông thái tột bậc trong mắt thánh thần.

Về công việc, đây không phải là một Nguyên mẫu tốt. Nó cho thấy những tin tức xấu có thể đến trong thời gian sắp tới. Mặt khác, đây là thời điểm khó khăn cho công ty, doanh nghiệp vì công việc tiến hành không được suôn sẻ. Mặt khác, đây là thời điểm khó khăn đầy chán nản sẽ thử thách bạn. Vì vậy, bạn càng cần phải trụ vững vì những công sức bạn bỏ ra sẽ được đền đáp xứng đáng. Trong thời điểm này, không nên bắt đầu các dự án, kế hoạch mới.

Về tài chính, trái ngược với công việc, Nguyên mẫu mang đến những dấu hiệu tốt về tài chính. Dù bạn đang trong giai đoạn khó khăn thì nó cũng sẽ nhanh chóng chấm dứt. Mặt khác, Nguyên mẫu cảnh báo bạn cần cẩn trọng trong việc tìm kiếm, mở rộng nguồn thu nhập bằng các công việc mới. Đây không phải là thời điểm thuận lợi để bạn vay mượn, hoặc cho vay, cũng như bỏ tiền để mua sắm hay đầu tư thêm vào lĩnh vực của mình. Với Nguyên mẫu này, bạn nên thận trọng với các rắc rối không lường trước có thể xảy ra liên quan đến tiền bạc.

Về tình yêu, nếu bạn đang tìm kiếm một mối quan hệ, theo kiểu có còn hơn không để tránh tình trạng độc thân thì Nguyên mẫu khuyên bạn nên suy nghĩ lại, vì có thể bạn đang tự làm khổ mình lẫn đối phương. Trong chuyện tình cảm, Nguyên mẫu khuyên bạn cần phải có sự chia sẻ tâm tư của bản thân, sự dồn nén bên trong sẽ dẫn đến những chuyện không như ý, buồn phiền. Với chuyện vợ chồng, việc lờ đi các bất đồng chỉ khiến vấn đề trở nên nặng nề hơn chứ nó không hề biến mất. Bạn và bạn đời của bạn phải đồng thời đối diện với nhau để tìm ra hướng giải quyết vấn đề của cả hai.

Từ khóa: Dồn quá nhiều sức vào việc nhỏ, chú trọng vào tiểu tiết bỏ quên đại thể; tin buồn, sự chán nản trầm trọng, vu khống, chê bai, chỉ trích; bệnh tật, yếu đuối; quyền lực bị hạn chế, mâu thuẫn; sự bất an, khó khăn, chống đối, bội bạc; chuyện thị phi đối với phụ nữ, tình huống không lường trước.

72 - NGUYÊN MẪU NẠN NHÂN (VICTIM ARCHETYPE)

"Dũng cảm ức chế sợ hãi, khắc phục sợ hãi, chứ không phải là không sợ hãi" - Mark Twain

Nguyên mẫu nạn nhân, người bị hại, thường đi kèm với những trạng thái như tuyệt vọng, lo lắng, hoài nghi, hổ thẹn. Nguyên mẫu nạn nhận mang theo tâm lý thụ động, và khiến cho ta tin rằng mình xứng đáng với tình trạng như vậy. Ở mặt tối, khuynh hướng đóng vai nạn nhân khiến cho người ta hưởng thụ và thoả mãn trong vai trò của người tốt bị ức hiếp, hay khuynh hướng nghiện cảm giác được người khác thương cảm, quan tâm.  Nguyên mẫu nạn nhân này xuất hiện ở nhiều thời điểm trong cuộc đời của mỗi chúng ta.Cách để kích hoạt Nguyên mẫu này, chính là nhìn nhận thật sự vào vấn đề của bản thân, chọn lựa bước ra theo cách của bản thân để trở nên hoàn thiện hơn. Kiên nhẫn và độc lập giải quyết những vấn đề của bản thân, bạn sẽ dần dần bước ra khỏi tâm lý nạn nhân và hoà nhập cùng những người khác.

Về công việc thì Nguyên mẫu diễn tả bạn hoặc doanh nghiệp của bạn sẽ trải qua một đoạn thời gian khó khăn, vất vả, khi mọi việc nằm ngoài tầm kiểm soát. Điều bạn cần làm lúc này là đối mặt với sự thật khó khăn để tìm cách giải quyết vấn đề. Đây không phải là thời gian tốt cho việc bắt đầu các dự án đầu tư, mở rộng trong công việc, hay đơn giản là bạn cần phải suy nghĩ kỹ lưỡng trước khi bắt tay vào một kế hoạch công việc mới. Nguyên mẫu cảnh báo bạn sẽ mắc kẹt với những kế hoạch này mà không thu lại được lợi ích mong muốn.

Về tài chính, mức độ phiền muộn của Nguyên mẫu nhẹ hơn ở vấn đề công việc. Tuy nhiên, Nguyên mẫu nhắc nhở bạn thay vì ngồi lo lắng suy nghĩ quá nhiều thì hãy hành động. Trước nhất, bạn cần xem xét lại những nguồn thu và các khoản chi tiêu, hãy cân bằng lại nguồn tài chính của bạn. Mặt khác, bạn sẽ cần đến sự giúp đỡ từ người khác để vượt qua khó khăn trong thời điểm này. Tuy nhiên, hãy thận trọng với những khoản vay mượn quá lớn, vượt khả năng chi trả của bạn. Đồng thời, nếu bạn ở vị trí người giúp đỡ, nên tránh việc hỗ trợ một khoản tài chính lớn mà nên điều tiết chia nhỏ ra.

Về tình yêu, đừng để những nghi ngờ tàn phá cõi lòng của bạn. Nếu như bạn mất niềm tin vào người yêu mình thì dù họ làm điều gì cũng khiến bạn bất an, lo lắng và nghi ngờ. Điều bạn cần làm phải giữ bình tĩnh, để suy xét lại mọi thứ. Mặt khác, bạn cần đối diện và trao đổi với đối phương để làm rõ vấn đề. Trường hợp bạn đang cô đơn, phiền muộn mệt mỏi và cần đến một mối quan hệ thì bạn nên tìm những người bạn thân thay vì một người yêu tạm thời. Trong chuyện vợ chồng, nếu bạn đang mang thai ở thời điểm này thì bạn nên cẩn thận, cần tránh suy nghĩ nhiều cũng như quá lo lắng về công việc.

Từ khóa: Tuyệt vọng, khổ tâm; cái chết, sự thất bại, sẩy thai, sự trì hoãn, gian trá; tín ngưỡng chân thành, thầy tế, tu sĩ; sự hoài nghi khôn ngoan, niềm lo sợ có căn cứ, trói buộc, sự hổ thẹn.

73 - NGUYÊN MẪU KẺ SÁT THỦ (PREDATOR ARCHETYPE)

"Đừng đếm những gì bạn đã mất, hãy quý trọng những gì bạn đang có và lên kế hoạch cho những gì sẽ đạt được bởi quá khứ không bao giờ trở lại, nhưng tương lai có thể bù đắp cho mất mát" - Ngạn ngữ Anh

Nguyên mẫu sát thủ, sát nhân gợi lên hình ảnh chết chóc ẩn sâu trong bóng tối. Năng lượng Nguyên mẫu này mang lại nỗi đau, sự tuyệt vọng và huỷ hoại lẫn hỗn loạn trong đời sống thực tại lẫn tâm thức. Sâu xa hơn, Nguyên mẫu đại diện cho khuynh hướng ham muốn huỷ hoại sự sống tiềm ẩn bên trong mỗi con người, với ý nghĩ chết chóc. Chính vì thế, trong đời sống sẽ có lúc con người phải đối diện với sát thủ thầm lặng bên trong mình, đó

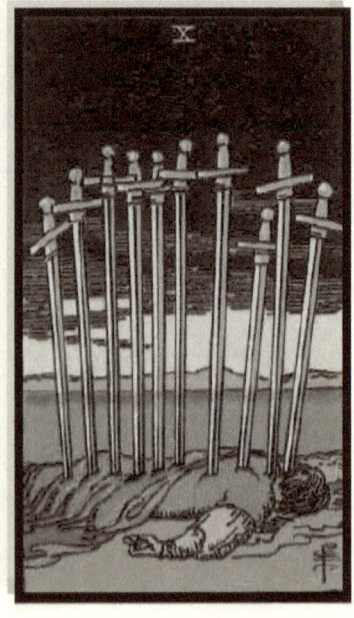

có thể là lối sống buông thả bản thân, hay muốn huỷ

hoại sự sống ở chính bản thân hay người khác. Cách kích hoạt và chuyển hoá Nguyên mẫu này, chính là sự luân chuyển của cái chết và sự sống, chấp nhận sự đau khổ huỷ hoại như là một phần của sự sống, bạn sẽ chuyển hoá Nguyên mẫu sát thủ.

Về công việc: Nguyên mẫu ám chỉ lợi thế kinh doanh của bạn sẽ sớm mất đi. Trong việc học hay việc làm, Nguyên mẫu cho thấy sự đi xuống của năng lực và kết quả. Nguyên mẫu có ám chỉ đến quyền lực hay quyền hạn bị tịch thu, hay bị tước đoạt. Lời khuyên là dự án công ty hay xí nghiệp của bạn đang trong thời kỳ khó khăn, hãy tận dụng nguồn tài sản đã tích lũy từ trước để giải quyết. Nếu công ty chỉ mới khởi nghiệp, hãy dành thời gian tìm kiếm sự giúp đỡ. Bạn không thể một mình giải quyết vấn đề.

Về tài chính: Nguồn lực Về tài chính sớm cạn kiệt. Các mối làm ăn cũ đã quá lâu để có thể tiếp tục. Bạn sẽ sớm mất đi nhiều lợi thế và quyền lực. Nguyên mẫu còn ám chỉ sự mất khách hàng và bạn gặp phải nhiều sự cố liên quan đến khách hàng. Nguyên mẫu đôi khi thể hiện một khoản lợi nhuận đến tức thời nhưng không bền lâu. Nó là một kiểu như ta có thể lấy được dễ dàng nhưng thật sự lại không phải vậy. Hãy cẩn trọng với những mối làm ăn mới.

Về gia đình, người thân: Gia đình và người thân sớm gặp chuyện phiền não. Lý do không được Nguyên mẫu thể hiện rõ ràng. Nhưng có thể thấy sự phiền não này không phải nhỏ và tầm ảnh hưởng cũng không phải ít. Nguyên mẫu cũng ám chỉ sự lạnh lẽo trong gia đình mà gốc rễ là do sự chia rẽ. Lời khuyên là hãy cố gắng hòa thuận và đoàn kết trong thời gian này. Có thể gia đình và người thân phải vượt qua những thử thách lớn.

Về tình yêu, vợ chồng: Tương tự hoàn cảnh của gia đình và người thân: Sự phiền não và đau đớn, cả nước mắt. Sự chia ly có thể không phải là chủ đề chính nên bạn có thể yên tâm. Tốt nhất là cả hai cùng đương đầu với thử thách vì với tình yêu, hai bạn sẽ vượt qua được. Tệ nhất là khi cả hai có cái nhìn khác nhau với sự việc xảy đến hoặc là sự chia rẽ tư tưởng, hai điều này có thể đánh gục bạn.

Từ khóa: Lụi tàn, phá hủy, tiêu tan, nước mắt; sự khổ đau, cô độc, Nguyên mẫu không thiên hướng về việc thể hiện cái chết khốc liệt; ưu thế, thành công, sức mạnh, quyền lực nhất thời; sự trói buộc nếu đi cùng một số nguyên mẫu ràng buộc.

74 - NGUYÊN MẪU KIẾN TRÚC SƯ (ENGINEER ARCHETYPE)

"Nếu muốn thông minh bạn hãy hỏi cách hỏi hợp lý, cách nghe chăm chú, cách trả lời thông minh và ngừng nói khi không còn gì nữa" - Glaphate

Nguyên mẫu người xây dựng thường được thể hiện qua hình ảnh của các kỹ sư, kiến trúc sư, nhà thiết kế xây dựng. Tính chất của Nguyên mẫu này là sự kiến tạo từ tư tưởng thành các tạo tác trong thực tại, theo đó phẩm chất của họ chính là sự thực tế, cẩn thận, tỉ mỉ và tinh tế. Từ đó, họ xây dựng nên những hệ thống có nền tảng cơ sở dựa trên trật tự. Sức mạnh của Nguyên mẫu này chính là sự rèn luyện biến đổi trí óc để phát triển cho sự sáng  tạo trong trật tự. Ở mặt tối, Nguyên mẫu này có khuynh hướng trở thành bậc thầy thao túng nội tâm người khác, thiết kế những tình huống đưa đến ích lợi bất chính cho bản thân, bất chấp đạo đức; một khía cạnh khác, năng lượng Nguyên mẫu này dễ khiến trí óc sáng tạo dễ trở nên khuôn khổ, thiếu sức sống, bảo thủ trước những thay đổi mới. Bằng phương thức không ngừng học, kết nối với những nguồn năng lượng mới, sẽ giúp bạn kích hoạt hoàn toàn Nguyên mẫu này.

Về công việc, Nguyên mẫu báo hiệu về những thay đổi theo chiều hướng tích cực. Trong trường hợp công việc đang bị trì hoãn thì bạn cần giữ sức và chuẩn bị nắm lấy cơ hội thay đổi sắp đến trong thời gian tới. Mặt khác, bạn cần tìm một hướng đi mới, sáng tạo, thu hút hơn trong những dự án hay kế hoạch của mình. Đồng thời, bạn cần phải thu thập tin về các đối thủ, để có những đối sách kịp thời trước các chiến lược cạnh tranh mới.

Về tài chính, Nguyên mẫu báo về những sự kiện cần phải chi tiêu trong thời gian tới, nó sẽ khiến bạn phải xoay xở nguồn tiền khá chật vật. Với những vấn đề tranh cãi liên quan đến tiền bạc trong thời gian này, bạn nên cẩn ngôn vì sự việc có thể diễn biến ngoài ý muốn của bạn. Trong trường hợp muốn đầu tư hay chi tiêu mua sắm lớn, bạn nên hỏi ý kiến những người có hiểu biết cũng như cần tính toán một cách kỹ lưỡng. Bạn không nên vay mượn quá nhiều trong thời điểm này.

Về tình yêu, Nguyên mẫu báo hiệu những tranh

cãi với tính chất dai dẳng trong mối quan hệ. Nguyên nhân gốc rễ là do sự cố chấp của cả hai luôn muốn dành phần thắng về bản thân. Ở khía cạnh khác, Nguyên mẫu là lời nhắc nhở bạn phải đối mặt với những sự thật đau lòng trong chuyện tình cảm để vượt qua. Về vấn đề vợ chồng, sự im lặng cũng như cố kìm nén cảm xúc sẽ làm cho bạn và bạn đời của mình càng lúc càng mệt mỏi. Cách duy nhất để phá băng là bạn hãy là người chủ động gợi mở các vấn đề của cả hai, đồng thời tránh sự tranh cãi dựa trên cảm tính mà cần tìm hiểu gốc rễ vấn đề để giải quyết.

Từ khóa: Thông minh, quyền lực, nhìn xa trông rộng; gián điệp, do thám, sự trợ giúp bí mật; khôn khéo và mưu mẹo; tình trạng mơ hồ khó đoán, sự tiêu cực của những điều nêu trên, xảo quyệt và phù phiếm.

75 - NGUYÊN MẪU NGƯỜI BIỆN HỘ (ADVOCATE ARCHETYPE)

"Cuộc sống phủ đầy gai, và tôi không biết phương thuốc nào hơn ngoài đi thật nhanh qua chúng. Ta càng quanh quẩn trong sự bất hạnh của chính mình càng lâu thì sức mạnh hãm hại của nó càng lớn" - Glaphate

Chú mèo đi hia chính là đại diện điển hình cho Nguyên mẫu người bênh vực. Nguyên mẫu người bênh vực xuất hiện trong đời sống của chúng ta dưới hình ảnh của các luật sư, những người biện lý, nhà bảo vệ môi trường, nhà lập pháp... Về cơ bản, năng lượng gốc của Nguyên mẫu này chính là hành động xuất phát từ lòng nhân ái, như ý tưởng của Ram Dass về "Compassion in Action". Như Nguyên mẫu Người bênh vực thể hiện trong hình ảnh Luật sư chính là ý tưởng cao quý về việc bảo vệ người tốt không bị hàm oan. Năng lượng

của Nguyên mẫu này chính là sự cống hiến bản thân đứng về lẽ phải, bảo vệ cho những người yếu thế trong xã hội, bằng ngôn từ và lý lẽ. Những người đã kích hoạt Nguyên mẫu này, là những người có mối quan tâm đặc biệt về các vấn đề đời sống xã hội, là những người người có khả năng truyền cảm hứng cho người khác. Khác biệt với Nguyên mẫu Ẩn sĩ; mang tính cá nhân, thì Người bênh vực mang tính cộng đồng; vì vậy, Nguyên mẫu này luôn cần đối tượng, cần thể hiện trước công chúng, ngay cả khi thông qua nghệ thuật lẫn văn học. Ở mặt tối của Nguyên mẫu này, chính là Người bênh vực cũng hành động vì người khác, nhưng ở khía cạnh sâu xa thì lại vì chính lợi ích của mình. Và khi lợi ích của họ trở nên lớn mạnh, nguồn năng lượng của họ trở nên tiêu cực và độc hại. Họ đánh mất ánh sáng và trí tuệ của mình, trở thành nô lệ của sự ích kỷ. Chính vì thế, khi bạn kết nối với Nguyên mẫu này, thì bạn sẽ luôn cần cân bằng giữa bản thân và cộng đồng. Khi cho đi, cũng chính là lúc bạn nhận lại. Như câu chuyện về Chú mèo đi hia tượng trưng cho Nguyên mẫu này.

Trong công việc, họ luôn có xu hướng tiên phong, dẫn đầu. Trong những tình huống khó khăn, họ luôn có một sức đột phá kinh người. Song, họ là những người thiếu sự kiên trì trong những tình huống khó khăn kéo dài từ năm này qua năm khác. Trong một cuộc đàm phán, thương thuyết kéo dài năm qua năm, họ thường là người bỏ cuộc đầu tiên. Mặt khác, họ là người có khả năng tổ chức tốt, tuy nhiên, lại cực kỳ nghiêm khắc khó tính. Khi họ chưa hoàn toàn trưởng thành, họ có xu hướng không muốn đối diện sự thật, hoặc thường vô trách nhiệm trong những việc sai lầm mà họ gây ra.

Về công việc, Nguyên mẫu diễn tả bạn sắp phải trải qua thời kỳ khó khăn. Sự cộng tác làm ăn sẽ gặp khó khăn từ phía đồng nghiệp cũng như đối tác. Nếu muốn đầu tư, kinh doanh mới, hay mở rộng phát triển công việc thì bạn cần phải tính toán kỹ lưỡng, kể cả rủi ro. Mặt khác, bạn cần phải quyết đoán dứt bỏ những công việc không mang lại lợi ích thực tiễn mà chỉ khiến bạn sa lầy, cũng như tiêu hao thời gian, tiền bạc. Bên cạnh đó, Nguyên mẫu cho thấy bạn sẽ gặp phải sự cạnh tranh khốc liệt trong môi trường làm việc, hoặc với các đối thủ.

Về tài chính, những khó khăn tài chính của bạn có thể được giải quyết nhờ vào khả năng thương thuyết. Việc đàm phán để thu hút nguồn vốn cần có sự công bằng, sòng phẳng, rõ ràng về mặt lợi ích. Trường hợp nguồn tài chính ổn định thì bạn cần có kế hoạch chi tiêu, đầu tư hợp lý, tránh việc chi tiêu không mục đích, lãng phí. Vì Nguyên mẫu báo hiệu về những việc bất ngờ có thể xảy đến trong thời gian sắp tới cần chi tiền. Nếu thiếu sự chuẩn bị, bạn sẽ phải xoay xở vất vả. Nguyên mẫu, ở khía cạnh khác, đưa ra lời khuyên trong các thời điểm khó khăn về tài chính, bạn nên tìm đến người có tính cách như Knight Of Swords để xin những lời hướng dẫn khôn ngoan giúp bạn giải quyết vấn đề.

Về tình yêu, những cảm xúc mãnh liệt nhất thời có thể khiến bạn bị hỗn loạn, không nhận rõ đâu là tình yêu. Trong những lúc bị cơn lũ cảm xúc nhấn chìm, việc bạn có thể làm là nằm yên và đợi nó đi qua. Vội vàng bắt đầu một mối quan hệ trong thời gian này sẽ khiến bạn nuối tiếc về sau. Trong vấn đề vợ chồng, tính gia trưởng độc đoán của nam giới sẽ ảnh hưởng tiêu cực lên tâm lý của vợ con trong gia đình. Những lời lẽ khắc nghiệt, thiếu tình thương là một hình thức bạo lực về tinh thần, mà mức độ ảnh hưởng rất lớn. Vợ chồng bạn nên tránh việc cãi vã to tiếng trước mặt con trẻ vì điều này chỉ khiến cả hai hả giận nhất thời, song lại để lại hậu quả to lớn.

Từ khóa: Năng động, thông minh, khôn khéo, dũng cảm, người đàn ông làm việc liên quan đến cơ khí, kỹ thuật, quân sự; sự phòng vệ, sự thù địch, cuồng nộ, hủy diệt, đối lập và đàn áp; khờ khạo nhưng kiêu ngạo, khinh suất, thiếu khả năng, hoang phí; xảo quyệt, dối trá, tàn bạo.

76 - NGUYÊN MẪU THÁM TỬ (DETECTIVE ARCHETYPE)

"Căn bệnh nặng nhất của tâm hồn là sự lãnh đạm" - D. Tokenvin

Nguyên mẫu thám tử (người điều tra, người cảnh sát) chứa đựng những đặc tính về sự tận tâm, khám phá, tư duy phân tích và kiểm soát cảm xúc. Ở mặt sáng, Nguyên mẫu này giúp người sở hữu rèn luyện được sự nhạy bén phát hiện các chi tiết bí ẩn, khả năng xử lý thông tin, phản ứng nhanh lẹ và khả năng giao tiếp khôn khéo. Nhưng ở mặt tối, Nguyên mẫu thám tử khiến người ta trở nên khô cứng về mặt tinh thần khi phải kiểm soát cảm xúc quá lâu, dẫn đến không thể chia sẻ

hay bày tỏ cảm xúc tự nhiên. Để kích hoạt Nguyên mẫu này hoàn hảo, cần học cách lắng nghe và chia sẻ cảm xúc khi cần thiết.

Về công việc: Kiện tụng, lừa dối là chủ điểm của Nguyên mẫu. Công việc của bạn trong giai đoạn này có thể gặp nhiều sự lừa dối hơn trước. Bạn phải đối diện với nhiều đối tác xảo quyệt và cố chấp. Những kế hoạch của bạn có thể gặp sự phản đối ngay chính trong cộng sự của mình, vấn đề đặc biệt được nâng lên nếu đối tác là nữ - góa bụa hay vừa ly dị. Kiện tụng cũng là một vấn đề lớn. Nên xem lại các vấn đề pháp luật công ty và tìm hiểu các kiến thức luật, nó sẽ hữu ích cho bạn trong giai đoạn này.

Về tài chính: Vấn đề thiếu thốn tiền bạc có thể diễn ra trong thời gian này, nhưng đó không phải là một vấn đề lớn. Những món tiền có thể sẽ mất nếu bạn gặp những cộng sự gian xảo. Bạn dễ bị dụ bởi những chiêu lừa lọc trong giai đoạn này. Hãy cẩn thận với những hành động lừa lọc và những lời dụ ngọt. Nếu bạn đang vay của người khác thì đây là một Nguyên mẫu kém may mắn. Nó cho thấy chủ nợ là một người sắt đá và chai sạn, dù bạn có cố van xin thì có lẽ cũng chẳng có kết quả tốt hơn.

Về tình yêu, vợ chồng: Nguyên mẫu là một cảnh báo rất xấu, rất rất xấu cho vấn đề tình yêu và vợ chồng. Có thể đơn giản chỉ là phải chia xa một thời gian như đi công tác, hay các tình huống đột xuất khác. Nhưng Nguyên mẫu cũng không giới hạn mức độ nghiêm trọng của vấn đề. Nguyên mẫu bao gồm không chỉ sự chia tay trong tình yêu, và ly dị đối với vợ chồng. Thậm chí tình hình còn có thể tệ hơn là góa bụa hay tang tóc. Những cú sốc tâm lý vợ chồng cũng xảy ra, dù ở mức độ ít nhiều nghiêm trọng. Dù sao cũng phải cẩn thận với Nguyên mẫu này.

Từ khóa: Góa bụa, nữ buồn bã, bối rối, sự vắng mặt, vô sinh, đám tang, thiếu thốn, chia ly; hiểm độc, sự cố chấp, kỳ xảo, sự giữ gìn, kiện tụng, sự lừa dối.

77 - NGUYÊN MẪU CỘNG SỰ (COMPANION ARCHETYPE)

"Lý tưởng là suối nguồn của lịch sử, cái nôi của trí tuệ, cờ chiến của xung phong, kiếm sắc để chặt gai" - Mallinsky

Nguyên mẫu người đồng hành hay cộng sự gợi lên những phẩm chất tiêu biểu của một người bạn chân chính đó là lý trí, sự trung thành, kiên nhẫn và không vị kỷ. Người đồng hành có thể đồng hành trên hành trình phiêu lưu khám phá, vừa là người chiến đấu cùng nhau để chống lại cái ác, đôi lúc lại là người đồng hành về mặt tâm linh để hướng dẫn đến sự thức tỉnh tinh thần. Ở mặt sáng, người đồng hành giúp đỡ và giữ cho người anh hùng không sa ngã; nên chính vì thế, đôi lúc người đồng hành có hành động trái ngược với mong muốn

của những người đi cùng, vì mục đích tốt. Nhưng ở mặt tối của Nguyên mẫu này chính là sự phản bội, khiến niềm tin bị tổn thương; đôi lúc sự đồng thuận có vẻ tốt bụng lại vì mục đích lợi ích của bản thân, không khiến cho người đồng hành cùng trở nên tốt đẹp hơn.

Về công việc, Nguyên mẫu báo hiệu về những tin tức mới, quan trọng sẽ đến trong thời gian tới. Mặt khác, những khó khăn có thể xảy ra một cách đột ngột, khó dự đoán. Tuy nhiên, bạn có thể bình tĩnh để ứng phó và vượt qua chuyện này. Trong thời gian tới bạn nên chú trọng đến vấn đề giấy tờ pháp lý trong công việc. Thêm vào đó, bạn cần cẩn trọng đối thủ cạnh tranh thăm dò tin tức của bạn để sử dụng chúng chống lại các dự án mà bạn đang tiến hành hoặc mới tiến hành đấu thầu với chủ đầu tư.

Về tài chính, Nguyên mẫu khuyên bạn nên xử lý, quyết định trong những vấn đề nhạy cảm liên quan giữa tiền bạc và tình cảm. Mặt khác, nếu bạn đang trong tình trạng tài chính khó khăn thì Nguyên mẫu báo hiệu những tín hiệu tốt đến trong thời gian tới. Bên cạnh đó, bạn cần rõ ràng trong các khoản vay mượn, tránh việc cả nể tình cảm sẽ dẫn đến những rắc rối về sau. Nếu bạn muốn xuất một lượng tiền lớn để mở rộng kinh doanh, đầu tư vào những lĩnh vực như bất động sản thì bạn không nên vội vàng quyết định trong thời gian này, bạn cần thêm lời khuyên cũng như tính toán kỹ lưỡng hơn. Sự vội vã sẽ làm bạn chịu thiệt thời.

Về tình yêu, sự cao ngạo cố chấp sẽ khiến mối quan hệ tình cảm đi đến bước đường cùng. Nguyên mẫu thể hiện mối quan hệ tình cảm ở đây chịu sự chi phối của lý trí một cách sâu đậm, như là cách cả hai tự bảo vệ bản thân. Thiếu đi sự tin tưởng thì mối quan hệ khó dài lâu. Mặt khác, trường hợp tồi tệ nhất là sự lợi dụng trong mối quan hệ cũng được nhắc đến. Về tình cảm vợ chồng, sự hà khắc, gia trưởng phần nhiều đến từ người đàn ông có thể khiến không khí gia đình nặng nề. Trong gia đình, nên tránh sự đối đầu mà cần sự đối thoại để giải quyết mâu thuẫn.

Từ khóa: Thông tuệ, quyền lực, khôn ngoan, tham vọng; tràn đầy ý tưởng, tình báo quân sự, luật pháp, địa vị, đa nghi; khéo léo, vững vàng trong tình bạn và thù hận; độc ác, xấu xa, tàn bạo ích kỷ, phản trắc, ác ý.

TIỂU SỬ CARL GUSTAV JUNG

Carl Gustav Jung (1875-1961) là một nhà tâm lý học, triết gia và nhà phân tích tâm lý người Thụy Sĩ. Ông là một trong những nhân vật quan trọng nhất trong lịch sử tâm lý học, với đóng góp to lớn cho lý thuyết và thực hành tâm lý học phân tích.

Jung sinh ra ở Kesswil, Thụy Sĩ, trong một gia đình làm nghề tàu điện ngầm. Ông học tại trường đại học Basel và sau đó là trường đại học Zurich, nơi ông được đào tạo trong tâm lý học và phân tích tâm lý. Sau khi tốt nghiệp, Jung đã bắt đầu làm việc tại một viện tâm thần ở Zurich, nơi ông gặp Sigmund Freud và trở thành một trong những học trò đầu tiên của ông.

Jung và Freud có một sự đóng góp lớn cho tâm lý học phân tích, nhưng sau đó họ chia tay vì một số khác biệt lớn về quan điểm. Jung phát triển các khái niệm về thế giới vô thức và kiểm soát không tự chủ, điều mà ông cho là quan trọng hơn việc tập trung vào tâm lý học tình dục và gia đình như Freud.

Jung đã đóng góp nhiều cho lý thuyết tâm lý học, bao gồm cả các khái niệm về tự thân, kiểu nhân cách và cấu trúc tâm lý học. Ông đã phát triển phương pháp phân tích giấc mơ và là một trong những nhà tâm lý học đầu tiên sử dụng các ký hiệu và biểu tượng trong việc phân tích tâm lý.

Jung cũng là một nhà triết học và nghiên cứu về tôn giáo. Ông phát triển các khái niệm về nguyên tố huyền bí và tôn giáo so sánh, điều mà ông cho là quan trọng để hiểu sâu sắc về tâm lý con người.

Jung đã xuất bản nhiều tác phẩm trong suốt cuộc đời của mình, bao gồm cả các tác phẩm về tâm lý học, triết học và tôn giáo. Những tác phẩm nổi tiếng nhất của ông bao gồm "Nguyên tắc của tâm lý học phân tích", "Tự thân" và "Kiểu nhân cách". Các công trình của Jung đã có sức ảnh hưởng lớn đến tâm lý học và nhiều lĩnh vực khác.

Trong suốt sự nghiệp của mình, Jung đã trở thành một nhà tâm lý học nổi tiếng và được tôn vinh bởi các nhà khoa học và nhà văn. Ông đã nhận được nhiều giải thưởng danh giá, bao gồm Giải thưởng Goethe của Thành phố Frankfurt (1946) và Giải thưởng Hồng y của Viện Hàn lâm Khoa học Pháp (1952).

Sau khi nghỉ hưu, Jung tiếp tục nghiên cứu và viết sách cho đến khi qua đời vào năm 1961, ở tuổi 86. Tuy nhiên, di sản của ông vẫn tiếp tục tồn tại và được khám phá và áp dụng trong các lĩnh vực khác nhau của tâm lý học và triết học.

Carl Gustav Jung được coi là một trong những nhân vật quan trọng nhất trong lịch sử tâm lý học và triết học. Các đóng góp của ông đã mở rộng và làm giàu thêm hiểu biết của con người về tâm lý học và nhân sinh, và vẫn được nghiên cứu và áp dụng đến ngày nay.

Công trình nghiên cứu và lý thuyết của Jung đã mở ra một trường phái mới trong tâm lý học, được gọi là tâm lý học phân tích. Tâm lý học phân tích, còn được gọi là tâm lý học Carl Jung, tập trung vào khám phá và hiểu sâu hơn về bản chất của nhân cách, trong đó các khía cạnh về tâm lý và tâm linh đóng một vai trò quan trọng.

Jung đã đưa ra nhiều khái niệm và lý thuyết độc đáo, trong đó có khái niệm về "vùng vô thức", một khái niệm mà ông cho rằng chứa đựng các sự kiện, trải nghiệm và những ý nghĩ tiềm ẩn mà không được nhận thức. Jung cũng đề cập đến khái niệm "tổ tiên học", một khái niệm cho rằng các bộ gen của con người không chỉ được kế thừa từ cha mẹ, mà còn từ thế hệ trước đó.

Jung cũng nổi tiếng với việc khám phá và nghiên cứu các ký hiệu và biểu tượng, trong đó có những thứ xuất hiện trong giấc mơ và trạng thái huyền bí. Các nghiên cứu của ông đã làm nổi bật sự quan trọng của các biểu tượng và ký hiệu trong suy nghĩ và tâm trí con người.

Không chỉ là một nhà tâm lý học, Carl Gustav Jung cũng là một nhà triết học và nhà phân tâm học. Ông đã cống hiến nhiều công sức để khám phá và tìm hiểu sự liên kết giữa các khía cạnh về tâm lý, tâm linh và triết học. Jung đã đưa ra các ý tưởng và lý thuyết mới về tôn giáo, tâm linh và truyền thống.

Với những đóng góp quan trọng của mình cho tâm lý học và triết học, Carl Gustav Jung được coi là một nhà tư tưởng đại diện cho phong trào tâm lý học phân tích và là một trong những nhân vật quan trọng nhất trong lịch sử tư tưởng con người. Công trình của ông vẫn được nghiên cứu và áp dụng rộng rãi trong nhiều lĩnh vực khác nhau của tâm lý học và nhân sinh.

Khái niệm "Nguyên mẫu" (archetype) của Carl Gustav Jung là một trong những khái niệm quan trọng nhất trong tâm lý học phân tích. Theo Jung, Nguyên mẫu là một mô hình bẩm sinh của các kinh nghiệm và cảm xúc chung của con người, được lưu trữ trong vùng vô thức và tồn tại trong hầu hết các văn hóa và thời đại khác nhau.

Các Nguyên mẫu có thể là hình ảnh, ký hiệu hoặc biểu tượng được lưu trữ trong vùng vô thức của mỗi người, và chúng có thể đóng vai trò quan trọng trong việc hiểu rõ hơn về bản chất của nhân cách và tâm trí con người. Các Nguyên mẫu cũng có thể được nhận thức thông qua giấc mơ, tưởng tượng và các hình thức sáng tạo khác.

Jung cho rằng có nhiều loại Nguyên mẫu khác nhau, bao gồm các Nguyên mẫu cá nhân (personal archetype) và các Nguyên mẫu bất biến (collective archetype). Các Nguyên mẫu cá nhân được tạo ra từ các trải nghiệm cá nhân của mỗi người, trong khi các Nguyên mẫu bất biến được chia sẻ bởi hầu hết các con người và xuất hiện trong các văn hóa khác nhau.

Các Nguyên mẫu bất biến có thể bao gồm các hình ảnh và biểu tượng như mẹ, cha, anh hùng, tình yêu, cái chết, quỷ, thần thánh và nhiều khái niệm tâm linh khác. Các Nguyên mẫu này được coi là phản ánh các trải nghiệm và cảm xúc chung của con người và xuất hiện trong nhiều hình thức sáng tạo khác nhau, từ văn học, nghệ thuật đến tôn giáo.

Với khái niệm Nguyên mẫu, Jung đã đưa ra một lý thuyết mới và độc đáo về tâm lý con người, cho rằng các Nguyên mẫu không chỉ giúp chúng ta hiểu rõ hơn về bản chất của nhân cách, mà còn có thể giúp chúng ta khám phá và phát triển tiềm năng tâm linh của mình.

Tài liệu tham khảo

1. *Understanding Aleister Crowley's Thoth Tarot* | Lon Milo Duquette
2. *The Book of Thoth* | Aleister Crowley
3. *The Pictorial Key to the Tarot* | Arthur Edward Waite
4. *Book T - The Tarot* | Mathers
5. *The Tarot of Eliphas Levi* | Eliphas Levi
6. *The Tarot Trumps* | G.H. Soror, Q.L.
7. *The Tarot of the Bohemians* | Papus
8. *Thăm Dò Tiềm Thức* | Carl Jung, Vũ Đình Lưu dịch
9. *Seventy Eight Degrees of Wisdom* | Rachel Pollack
10. *General Book of the Tarot* | A.E. Thierens
11. *Celestial Tarot Booklet* | Kay Steventon, Brian Clark
12. *The Western Mysteries: An Encyclopedic Guide to the Sacred Languages & Magickal Systems of the World* | David Allen Hulse
13. *The Tarot: A Key to the Wisdom of the Ages* | Paul Foster Case
14. *Một Giọt Từ Sự Đọa Đày* | Hamvas Béla, Nguyễn Hồng Nhung dịch
15. *The Complete Idiot's Guide to Tarot* | Arlene Tognetti, Lisa Lenard
16. *The Tarot Handbook: Practical Applications of Ancient Visual Symbols* | Angeles Arrien
17. *Mary K. Greer's 21 Ways to Read a Tarot Card* | Mary K. Greer

www.ingramcontent.com/pod-product-compliance
Lightning Source LLC
Chambersburg PA
CBHW020418010526
44118CB00010B/303